ฉันเห็นเปลวไฟจากสวรรค์

จากญิฮาดสู่พระเยซู - ความจงรักภักดีภายใต้ไฟสงคราม

จดหมายแห่งชีวิต – ชุดบทภาวนา 40 วัน | เล่ม 3

โดย

ศาสดาอีซา เอล- บูบา ; เศคาริยาห์ ก็อดส์อีเกิ้ล ;
แอ ม มิสซูรี อ็อกเบ ;
ค . เลดี้ โอกเบ ;

Table of Contents

ลิขสิทธิ์ © หน้า

ฉันเห็นเปลวไฟจากสวรรค์

จากญิฮาดสู่พระเยซู - ความจงรักภักดีภายใต้ไฟสงคราม

จดหมายแห่งชีวิต – ชุดบทภาวนา 40 วัน | เล่ม 3

ผู้เขียน

ศาสดาอีซา เอล- บูบา

เศคาริยาห์ ก็อดส์อีเกิล

เอกอัครราชทูต วันจันทร์ O. Ogbe

Comfort Ladi โอกเบ

สำนักพิมพ์

จัด พิมพ์โดย : Zacharias Godseagle และ Godseagle Ministries

ติดต่อ - https://www.otakada.org
ambassador@otakada.org
โทร/ส่ง SMS +13024922440;
WhatsApp +2348032835348

ข้อสงวนสิทธิ์

หนังสือเล่มนี้นำเสนอคำให้การ บันทึกการเดินทางในการรับใช้
และประสบการณ์ทางจิตวิญญาณของศาสดาอิซา เอล- บูบา
ที่เปิดเผยต่อสาธารณะผ่านการสัมภาษณ์ คำเทศนา และบันทึกการรับใช้
แม้ว่าชีวิตของท่านจะเต็มไปด้วยเหตุการณ์ที่น่าตื่นเต้น เรื่องราวการถูกข่มเหง
และการอ้างถึงสิ่งเหนือธรรมชาติ
แต่หนังสือเล่มนี้ไม่ได้ยกย่องบุคคลใดบุคคลหนึ่งให้เป็นมาตรฐานแห่งความจริง
พระคัมภีร์เท่านั้นที่เป็นแหล่งอำนาจสูงสุดสำหรับความเชื่อและการประพฤติ
ไม่ว่าการดำเนินชีวิต การปฏิบัติงานรับใช้ หรือการตัดสินใจส่วนตัวใดๆ
จะไม่สอดคล้องกับหลักคำสอนในพระคัมภีร์
เอกสารฉบับนี้ไม่รับรองหรือให้เหตุผลสนับสนุนการเบี่ยงเบนดังกล่าว
จุดประสงค์ของเราไม่ใช่การขยายความผิดพลาด การปกป้องบุคคล
หรือการส่งเสริมการบูชาบุคคลสำคัญ
งานเขียนชิ้นนี้ชี้ทางให้ผู้อ่านไปสู่พระคริสต์ ไม่ใช่ไปสู่มนุษย์คนใดคนหนึ่ง
หนังสือเล่มนี้เน้นการเปลี่ยนแปลงชีวิตผ่านการจงรักภักดีต่อพระเยซูคริสต์
ความบริสุทธิ์ที่ได้รับการฝึกฝน การเชื่อฟังพระคัมภีร์ และความอดทนอย่างซื่อสัตย์
ชีวิตของผู้รับใช้พระเจ้าจะถูกนำเสนอเฉพาะในส่วนที่แสดงให้เห็นถึงการยอมจำนน
ความเพียรพยายาม การกลับใจ การฝึกฝนทางจิตวิญญาณ
และความจงรักภักดีตามพันธสัญญา
ขอแนะนำให้ผู้อ่านปฏิบัติดังนี้:
• จงทดสอบทุกสิ่งด้วยพระคัมภีร์
• ยึดมั่นในสิ่งที่ดี • ปฏิเสธสิ่งที่ขัดแย้งกับพระวจนะของพระเจ้า •
ติดตามพระคริสต์เหนือกว่าบุคคลใดๆ
เป้าหมายของภาพยนตร์เรื่อง *I Saw Fire from Heaven* ไม่ใช่การชื่นชม
แต่เป็นการพัฒนาตนเอง
ไม่ใช่ความตื่นเต้น แต่เป็นการอุทิศตน

ไม่ใช่การยกระดับบุคลิกภาพ แต่เป็นการเปลี่ยนแปลงที่มุ่งเน้นพระคริสต์เป็นศูนย์กลาง
สวรรค์ยินดีปรีดาเหนือผู้ที่กลับใจและดำเนินชีวิตอย่างซื่อสัตย์
ขอให้ท่านเป็นผู้นั้นเถิด

ประกาศเกี่ยวกับพระคัมภีร์

เว้นแต่จะระบุไว้เป็นอย่างอื่น
ข้อความจากพระคัมภีร์ที่ยกมานั้นมาจากฉบับแปลภาษาอังกฤษที่ใช้กันทั่วไป
มีการเน้นข้อความเพิ่มเติมในบางส่วนเพื่อให้เข้าใจง่ายและเน้นการภาวนามากขึ้น

ข้อมูลการพิมพ์

พิมพ์ในประเทศสหรัฐอเมริกา
ฉบับพิมพ์ครั้งแรก

เกี่ยวกับหนังสือ – ฉันเห็นเปลวไฟจากสวรรค์

จากญิฮาดสู่พระเยซู - ความจงรักภักดีภายใต้ไฟสงคราม

จดหมายแห่งชีวิต – ชุดบทภาวนา 40 วัน | เล่ม 3

จะเกิดอะไรขึ้นเมื่อไฟตกลงมาจากสวรรค์ และมีเพียงหัวใจเดียวที่กลับใจ?

นี่คือหนังสือเล่มที่ 3 ในชุด *Living Epistles – 40 Day Devotional Series* ซึ่งเป็นชุดหนังสือที่ออกแบบมาเพื่อการเปลี่ยนแปลงชีวิต ไม่ใช่เพื่อกระตุ้นอารมณ์ แต่เพื่อสร้างผู้เชื่อที่มีระเบียบวินัยและยึดมั่นในพันธสัญญา

เกิดมาในครอบครัวที่เคร่งครัดในหลักศาสนาอิสลาม
และได้รับการฝึกฝนจากผู้ทรงคุณวุฒิทางศาสนา ชีวิต **ของ ท่านศาสดาอีซา เอล- บูบา**
ถูกหล่อหลอมด้วยระเบียบวินัย ความเชื่อมั่น และความจงรักภักดีที่สืบทอดมา

อาจารย์ของท่านได้สอนท่านอย่างลึกซึ้ง
รวมถึงการปฏิบัติทางจิตวิญญาณและความศรัทธาอย่างแรงกล้า
แล้วทุกอย่างก็ถูกขัดจังหวะ
เขาเห็นเปลวไฟจากสวรรค์พุ่งลงมาใส่ครูของเขา
เขาได้เห็นนรก เขาได้เห็นสวรรค์—เมืองทองคำอันเป็นนิรันดร์
เขาเอาชีวิตรอดจากการลอบสังหาร กระสุนทะลุร่างเขา โลหะกระแทกกะโหลกศีรษะเขา
เขาถูกสันนิษฐานว่าตายแล้ว—แต่กลับได้รับการรักษาไว้
ประธานาธิบดีจัดให้มีการส่งตัวผู้ป่วยไปรักษา แพทย์ยืนยันว่าไม่มีความเสียหายถาวร
แต่การต่อสู้ที่ยิ่งใหญ่ที่สุดไม่ใช่การต่อสู้ทางกายภาพ
มันคือความจงรักภักดี
ความผิดหวังกับความเสแสร้งเกือบทำให้เขาล้มเลิกความตั้งใจ —
จนกระทั่งการเผชิญหน้าครั้งสำคัญครั้งหนึ่งเปลี่ยนทุกอย่างไป:
"เรามาไกลเกินไปแล้ว มันสายเกินไปที่จะย้อนกลับไป"

นี่ไม่ใช่แค่คำให้การธรรมดา
นี่คือการเดินทางเพื่อพัฒนาตนเอง
หนังสือเล่มนี้จัดทำขึ้นในรูปแบบเส้นทางฝึกฝนวินัยเชิงกลยุทธ์ 40 วัน
โดยจะนำผู้อ่านผ่านขั้นตอนต่างๆ ดังนี้:

- การกำหนดความภักดีแต่เพียงผู้เดียว
- การสร้างโครงสร้างทางจิตวิญญาณขึ้นใหม่
- การเผชิญหน้ากับความหน้าซื่อใจคด
- อดทนต่อการถูกกดขี่ข่มเหง
- การรักษาความศักดิ์สิทธิ์
- การใช้ชีวิตอย่างมีกลยุทธ์ในสภาพแวดล้อมที่แบ่งแยก
- การผนึกพันธสัญญา
- ยอมรับภารกิจจากพระเจ้า

ภาคแรกเล่าเรื่องราวเกี่ยวกับไฟไหม้ การถูกกดขี่ข่มเหง การอนุรักษ์
และภารกิจที่ได้รับมอบหมาย
ส่วนที่สองจะนำคุณผ่านกระบวนการเปลี่ยนแปลงอย่างมีระเบียบวินัยตลอด 40 วัน
เพื่อให้คุณไม่เพียงแค่ได้อ่านเรื่องราว แต่ได้สัมผัสกับการเปลี่ยนแปลงนั้นด้วยตนเอง

หนังสือเล่มนี้ไม่ได้ล้อเลียนศาสนาอิสลาม
ไม่ได้ยกย่องความรุนแรง และไม่ได้นำเสนอประสบการณ์อย่างเกินจริง
เป็นการเรียกร้องให้ผู้เชื่อดำเนินชีวิตตามหลักศาสนาคริสต์อย่างจริงจังและมีแบบแผน
สวรรค์ไม่วัดจำนวนคนมากมาย
สวรรค์ยินดีปรีดาเหนือคนผู้นี้
จงเป็นคนนั้น
ส่งต่อเท่านั้น

หนังสือเล่มนี้เหมาะสำหรับใคร?

หนังสือเล่มนี้เขียนขึ้นสำหรับ:

ผู้เชื่อคริสเตียน ที่ปรารถนาวินัยที่ลึกซึ้งยิ่งขึ้น ศรัทธาที่แท้จริง
และการดำเนินชีวิตที่สะท้อนพระคัมภีร์มากกว่าแค่การแสดงออกภายนอก
ผู้อ่านที่มีพื้นฐานมาจากศาสนาอิสลาม ที่ต้องการสำรวจประสบการณ์ทางจิตวิญญาณ
ความเชื่อมั่น และความจงรักภักดีอย่างตรงไปตรงมา
กลุ่มเป้าหมายจากหลากหลายศาสนาที่ สนใจเรื่องจริงเกี่ยวกับการสำนึกผิด
การเปลี่ยนแปลง และการเปลี่ยนผ่านทางศาสนา
ผู้ที่แสวงหาการพัฒนาทางจิตวิญญาณ ที่ปรารถนาการเติบโตอย่างเป็นระบบ
วินัยในชีวิตประจำวัน และการเชื่อฟังอย่างเป็นรูปธรรม
ผู้ที่กำลังค้นหาความหมาย — ผู้ที่รู้สึกถึงภาระของความเชื่อที่สืบทอดมา
ความขัดแย้งภายใน หรือคำถามทางจิตวิญญาณที่ยังไม่ได้รับคำตอบ

หากคุณเคยเผชิญกับความขัดแย้งเรื่องความภักดี อัตลักษณ์ ความเชื่อมั่น
หรือเป้าหมายในชีวิต หนังสือเล่มนี้จะพูดถึงคุณโดยตรง
นี่ไม่ใช่แค่เรื่องราวของการเปลี่ยนศาสนาธรรมดาๆ
นี่คือการเดินทางแห่งความจงรักภักดี
และมันตั้งคำถามหนึ่งข้อ:
คุณเป็นของใคร?

จดหมายแห่งชีวิต – ชุดบทภาวนา 40 วัน
ซี รีส์ *Living Epistles* ไม่ได้เขียนขึ้นเพื่อสร้างแรงบันดาลใจเพียงอย่างเดียว
เขียนขึ้นเพื่อการฝึกอบรม
ในทุกยุคทุกสมัย ย่อมมีผู้เชื่อที่รักพระเจ้าอย่างจริงใจ แต่ขาดแบบแผน
ความกระตือรือร้นที่ปราศจากระเบียบวินัยจะจางหายไป
ประสบการณ์ที่ปราศจากความอดทนจะพังทลาย
ความจงรักภักดีที่ปราศจากพันธสัญญาจะเลือนหายไป
ซีรีส์นี้ได้รับการออกแบบมาเพื่อแก้ไขจุดอ่อนนั้น
หนังสือแต่ละเล่มในชุด Living Epistles มีโครงสร้างสองส่วน:

ตอนที่ 1 – เรื่องจริงของการทดสอบความภักดี
เรื่องราวจากชีวิตจริงที่ศรัทธาถูกท้าทาย เผชิญหน้า ชำระล้าง และพิสูจน์ภายใต้ความกดดัน

ส่วนที่ 2 – การเดินทางเพื่อการพัฒนาตนเองเชิงกลยุทธ์ 40 วัน
เส้นทางที่ได้รับการชี้นำอย่างเป็นระบบ ประกอบด้วยการอุทิศตน การไตร่ตรอง
การสำนึกผิด การอธิษฐาน วินัย และการลงมือปฏิบัติ —
ออกแบบมาเพื่อสร้างการเปลี่ยนแปลง ไม่ใช่การชื่นชม
นี่ไม่ใช่ศาสนาคริสต์แบบผิวเผิน
นี่คือความจงรักภักดีที่มีโครงสร้าง

แต่ละเล่มกล่าวถึงมิติที่แตกต่างกันของการพัฒนาด้านจิตวิญญาณ:

- อัตลักษณ์ที่มั่นคง
- ความอดทนภายใต้สถานการณ์คับขัน
- ความศักดิ์สิทธิ์คือการปกป้อง
- อิทธิพลเชิงกลยุทธ์
- พันธสัญญา
- ค่าคอมมิชชั่นและมรดก

เป้าหมายนั้นเรียบง่าย:

<u>เพื่อสร้างผู้เชื่อที่ไม่ใช่เพียงแค่ผู้ฟัง แต่เป็นผู้เขียนจดหมายที่มีชีวิต</u>

ชาโลม!

เศคาริยาห์ ก็อดส์อีเกิ้ล ; แอมบี โม อ็อกเบ ; ซี. ลาดี โอกเบ
กระทรวงนกอินทรีของพระเจ้า
https://www.otakada.org
ambassador@otakada.org

คำโปรยปกหลังหนังสือปกอ่อน

เขาเห็นเปลวไฟตกลงมาจากฟ้า...

ท่านศาสดาอีซา เอล- บูบา เกิดมาในครอบครัวที่เคร่งครัดในหลักศาสนาอิสลาม
และได้รับการฝึกฝนจากผู้ทรงคุณวุฒิทางศาสนา
ชีวิตของท่านจึงถูกหล่อหลอมด้วยระเบียบวินัย ความเชื่อมั่น
และความจงรักภักดีที่สืบทอดมา อาจารย์ของท่านได้สอนท่านอย่างลึกซึ้ง
รวมถึงการปฏิบัติทางจิตวิญญาณและความศรัทธาอย่างแรงกล้า
แล้วทุกอย่างก็ถูกขัดจังหวะ
เขาเห็นเปลวไฟจากสวรรค์พุ่งลงมาใส่ครูของเขา
เขาได้เห็นนรก
เขาได้เห็นเมืองทองคำแห่งสวรรค์ เขาเอาชีวิตรอดจากการลอบสังหาร
กระสุนเจาะเข้าสู่ร่างกายของเขา เขาถูกสันนิษฐานว่าเสียชีวิตแล้ว
แต่กลับได้รับการรักษาไว้ ประธานาธิบดีจัดให้มีการอพยพทางการแพทย์
แพทย์ยืนยันว่าไม่มีความเสียหายถาวร
แต่การต่อสู้ที่ยิ่งใหญ่ที่สุดไม่ใช่การต่อสู้ทางกายภาพ
มันคือความจงรักภักดี
ใน หนังสือ *"ฉันเห็นเปลวไฟจากสวรรค์* " เล่ม ที่ 3 ของชุด **"จดหมายแห่งชีวิต – บทภาวนา 40 วัน" การเดินทาง** ของ อิซา เอล- บูบา
จากการเข้าร่วมกลุ่มอิสลามหัวรุนแรงไปสู่ศาสนาคริสต์แบบยึดมั่นในพันธสัญญา
กลายเป็นมากกว่าคำบอกเล่า — มันกลายเป็นการเผชิญหน้า
ภาคแรกนำเสนอเรื่องราวที่แท้จริงของไฟ การถูกกดขี่ข่มเหง และการปกป้องรักษา
ส่วนที่สองจะนำคุณผ่านการเดินทางแห่งการฝึกฝนอย่างเป็นระบบเป็นเวลา 40 วัน
ซึ่งออกแบบมาเพื่อสร้างศรัทธาที่มั่นคง ศักดิ์สิทธิ์ และยั่งยืน
สวรรค์ยินดีปรีดาเหนือคนผู้นี้
จงเป็นคนนั้น
ส่งต่อเท่านั้น

การอุทิศตน

สำหรับผู้อ่านที่เป็นคริสเตียน
สำหรับผู้อ่านที่มีพื้นฐานมาจากศาสนาอิสลาม
สำหรับผู้ฟังจากหลากหลายศาสนา
ถึงผู้อ่านด้านการพัฒนาจิตวิญญาณ
สำหรับผู้ที่หลงทางในการค้นหาความหมาย
แด่ผู้ที่เลือกความภักดีแม้ในยามที่ต้องเสียสละ
แด่คุณแม่ที่อธิษฐานอย่างเงียบๆ ภายใต้ความกดดัน
แด่ผู้ศรัทธาที่อดทนโดยปราศจากเสียงปรบมือ
แด่ผู้ที่ยืนหยัดอยู่เพียงลำพังเมื่อสวรรค์สั่นคลอน
ขอให้พันธสัญญาของท่านคงอยู่ไม่ขาดตอน

คำขอบคุณ

งานเขียนชิ้นนี้มีพื้นฐานมาจากคำบอกเล่าจากประสบการณ์จริง การสัมภาษณ์ที่บันทึกไว้ คำเทศนาในที่สาธารณะ และการไตร่ตรองทางศาสนศาสตร์อย่างเป็นระบบ โดยดึงข้อมูลจากเรื่องราวที่ศาสดาอิซา เอล- บูบา ได้แบ่งปันโดยตรง โดยเฉพาะอย่างยิ่งการสัมภาษณ์ที่บันทึกไว้และเผยแพร่โดย **PrayerStormTV** ซึ่งสามารถรับชมได้ที่:

https://youtu.be/2oo8tvizyZA

Prayer Storm คือขบวนการนมัสการ การอธิษฐาน และการถือศีลอดอาหาร ที่มุ่งปลุกจิตวิญญาณด้วยการสร้างกองทัพนักรบแห่งการอธิษฐาน ผ่านการรวมตัวกันที่เน้นการพบปะกับพระเจ้า Prayer Storm ช่วยให้ผู้เชื่อเติบโตในด้านความกระตือรือร้น วินัย และการอธิษฐานอย่างมีกลยุทธ์

เว็บไซต์: http://www.prayerstorm.org
ทวิตเตอร์: @PrayerStormUK อินสตาแกรม: @PrayerStorm เฟซบุ๊ก: http://www.facebook.com/prayerstorm

เราขอขอบคุณ PrayerStormTV ที่ได้บันทึกและเผยแพร่คำให้การในรูปแบบที่เข้าถึงผู้คนนับพันทั่วโลก และที่ได้จัดทำเอกสารอ้างอิงสำหรับองค์ประกอบเรื่องราวมากมายที่พบในหนังสือเล่มนี้

ขอขอบคุณเป็นพิเศษไปยังแหล่งข้อมูลออนไลน์และหน่วยงานศาสนาอื่นๆ ที่ได้บันทึก เรียบเรียง และเผยแพร่บางส่วนของคำให้การนี้สู่สาธารณะเพื่อเป็นประโยชน์แก่ผู้ศรัทธา เราตระหนักดีว่า:

•

สมาชิกในครอบครัวที่มีชีวิตสะท้อนทั้งความตึงเครียดและความงดงามท่ามกลางความแตกต่างทางศาสนา

• คุณแม่ผู้ซึ่งชีวิตแห่งการอธิษฐานเปลี่ยนแปลงบรรยากาศก่อนที่จะเกิดการเผชิญหน้า

•

พี่ชายคนโตผู้ซึ่งการเผชิญหน้ากับภัยคุกคามเปลี่ยนแปลงทิศทางทางจิตวิญญาณของครอบค
รัว

• คุณพ่อผู้ซึ่งการต่อสู้ภายในแสดงถึงการต่อสู้เงียบๆ
แห่งความเชื่อมั่นภายในขนบธรรมเนียม •
ผู้นำและสหายผู้ซื่อสัตย์ที่ยืนหยัดอย่างมั่นคงผ่านการข่มเหงและการปกป้อง • ชุมชน
Evangelical Biblical Outreach Ministries International
(EBOMI) ซึ่งการเรียกร้องให้สร้างผู้เฝ้าระวังยังคงมีอิทธิพลต่อเมืองและประเทศต่างๆ
– https://www.ebomi.org

งานเขียนชิ้นนี้ไม่ได้มุ่งยกย่องบุคคลใดบุคคลหนึ่ง
แต่เพื่อบันทึกการเดินทางแห่งความจงรักภักดี คำบอกเล่าทุกเรื่องที่รวบรวมไว้ในที่นี้
นำเสนอเพื่อชี้ทางให้ผู้อ่านไปสู่พระคริสต์ ไม่ใช่ไปสู่มนุษย์

สุดท้ายนี้ ขอขอบคุณผู้อ่านที่เต็มใจจะก้าวข้ามความชื่นชมไปสู่การพัฒนาตนเอง
ก้าวข้ามความอยากรู้อยากเห็นไปสู่การอุทิศตน
และก้าวข้ามแรงบันดาลใจไปสู่การเชื่อฟังอย่างมีระเบียบวินัย
สวรรค์ยินดีปรีดาเหนือผู้ที่ตอบรับคำอธิษฐาน
ขอให้ผู้นั้นเป็นคุณ

คำขอบคุณจากสำนักพิมพ์

หนังสือเล่มนี้จัดพิมพ์ขึ้นเป็นส่วนหนึ่งของชุด **หนังสือ Living Epistles – 40 Day Devotional Series**
ซึ่งเป็นโครงการฝึกฝนศิษย์ที่มุ่งเน้นการสร้างผู้เชื่อที่มีศรัทธาไม่เพียงแต่ในคำสารภาพ
แต่ยังแสดงออกผ่านการกระทำด้วย

ชุดหนังสือเริ่มต้นด้วย ***เรื่อง นักบุญออกัสตินแห่งฮิปโป (ค.ศ. 354–430): จากหัวใจที่กระสับกระส่ายสู่ชีวิตที่บันทึกไว้***
ซึ่งติดตามการเดินทางของออกัสตินจากความวุ่นวายภายในไปสู่การเชื่อฟังอย่างยอมจำนน
เล่มแรกนี้ได้วางรากฐานความเชื่อหลักของงานเขียนชุดนี้ นั่นคือ
พระเจ้ายังคงบันทึกความจริงของพระองค์ผ่านชีวิตที่ยอมจำนน
และคำพยานของชายและหญิงผู้ศรัทธายังคงเป็นคำสั่งสอนที่มีชีวิตสำหรับคริสตจักรในปัจจุบัน

หนังสือเล่มแรกในชุด Living Epistles สามารถหาซื้อได้ที่นี่:
https://www.amazon.com/ST-AUGUSTINE-HIPPO-354-430-Devotional-ebook/dp/B0GJN8N9XS

หนังสือ Mere Christianity, Fully Lived
สานต่อวิสัยทัศน์นี้โดยหันไปศึกษาชีวิตและความคิดของ **ซี.เอส. ลูอิส**
ผู้ซึ่งการเปลี่ยนใจเชื่ออย่างไม่เต็มใจและศรัทธาที่แน่วแน่ของเขาส่งสารอย่างทรงพลังต่อจิตใจของคนยุคใหม่ ในขณะที่ออกัสตินเปิดเผยถึงหัวใจที่กระสับกระส่าย
ลูอิสกลับเผชิญหน้ากับเจตจำนงที่ต่อต้าน—
เรียกร้องให้ผู้เชื่อปฏิบัติตามความเชื่อในชีวิตประจำวัน
ซี.เอส. ลูอิส (1898-1963) - คริสต์ศาสนาที่แท้จริง ดำเนินชีวิตอย่างเต็มที่:
จากจิตใจที่ไม่เต็มใจสู่ชีวิตที่เปลี่ยนแปลง (จดหมายภาวนา 40 วัน | เล่ม 2)

อีบุ๊ก

https://www.amazon.com/Lewis-1898-1963-Mere-Christianity-Fully-ebook/dp/B0GKQ27F9N

ปกอ่อน
https://www.amazon.com/Lewis-1898-1963-Mere-Christianity-Fully/dp/B0GM8YMXC3

ปกแข็ง

https://www.amazon.com/Lewis-1898-1963-Mere-Christianity-Fully/dp/B0GM8WHXJL

Godseagle Ministries จัดพิมพ์ชุดหนังสือ Living Epistles
ด้วยพันธกิจที่ชัดเจน คือ การบริหารจัดการแหล่งข้อมูลที่เน้นพระคัมภีร์
เพื่อสร้างสาวกในทุกประเทศ เสริมสร้างคริสตจักร
และเตรียมความพร้อมให้ผู้เชื่อดำเนินชีวิตอย่างปรากฏชัดในฐานะทูตของพระคริสต์
เราเชื่อว่าศรัทธาไม่ได้ดำรงอยู่ด้วยความคิดเพียงอย่างเดียว
แต่ด้วยชีวิตที่หล่อหลอมผ่านความจริง ผ่านการทดสอบด้วยการเชื่อฟัง
และได้รับพลังจากพระวิญญาณของพระเจ้า

หนังสือแต่ละเล่มในชุดนี้ได้รับการนำเสนอด้วยการอธิษฐาน
โดยหวังว่าผู้อ่านจะไม่เพียงแต่เรียนรู้จากอดีต แต่จะตอบสนองในปัจจุบัน—
เพื่อให้พระเจ้าทรงเขียนจดหมายที่มีชีวิตของพระองค์ต่อไปผ่านชีวิตประจำวันที่มอบถวายแ
ด่พระประสงค์ของพระองค์

เรารู้สึกขอบคุณผู้อ่านทุกท่านที่ร่วมเดินทางไปกับเรา
โดยเชื่อมั่นว่าพระเจ้าองค์เดียวกันกับที่เปลี่ยนแปลงชีวิตของออกัสตินและลูอิส
ยังคงทรงทำงานอยู่ในทุกวันนี้

ความคิดเห็นจากผู้อ่านและผู้ชม

"นี่ไม่ใช่แค่คำให้การ แต่เป็นการปลุกให้คริสตจักรตื่นตัว
มันเปิดเผยจุดอ่อนโดยไม่โจมตีบุคคลใด"

"ผมไม่เคยได้ยินอดีตนักรบญิฮาดคนไหนพูดถึงความศักดิ์สิทธิ์และระเบียบวินัยได้อย่างชัดเจนและมีระเบียบวินัยเช่นนี้มาก่อนเลย
นี่ทำให้ผมต้องทบทวนความเชื่อในศาสนาคริสต์แบบไม่เคร่งครัดของผม"

"สิ่งที่ทำให้ฉันประทับใจมากที่สุดไม่ใช่เหตุการณ์ไฟไหม้
แต่เป็นความซื่อสัตย์ของเขาเกี่ยวกับการเกือบกลับไปเพราะความเสแสร้ง
ความโปร่งใสในระดับนี้หาได้ยาก"

"เรื่องนี้ทำให้ฉันตั้งคำถามถึงความมุ่งมั่นของตัวเอง เราบอกว่าเราจริงจัง
แต่เรามีวินัยหรือเปล่า?"

"ข้อเท็จจริงที่ว่าเขายังคงช่วยเหลือชุมชนที่ผู้รับประโยชน์ส่วนใหญ่เป็นชาวมุสลิม
แสดงให้เห็นถึงวุฒิภาวะ ไม่ใช่ความขุ่นเคือง นั่นมีความหมายอย่างมาก"

"เมื่อเขาเล่าว่าถูกยิงแล้วยังยืนอยู่ได้
ฉันจึงตระหนักว่าการเอาชีวิตรอดนั้นมาพร้อมกับความรับผิดชอบ
การรอดชีวิตไม่ใช่ข้ออ้างสำหรับการอยู่อย่างสุขสบาย"

"ส่วนที่บอกว่าได้เห็นสวรรค์แล้วแต่ก็ยังไม่ยอมจำนนในทันทีนั้น ทำให้คิดได้มาก
การเปิดเผยเพียงอย่างเดียวไม่สามารถเปลี่ยนแปลงตัวคุณได้"

“โครงสร้างการเตรียมความพร้อม 40 วันนี้ทำให้หลักสูตรนี้แตกต่างออกไป
มันไม่ได้แค่สร้างแรงบันดาลใจให้คุณ แต่เป็นการกระตุ้นให้ผู้เข้าร่วมตอบสนอง”

“นี่คือหนึ่งในเรื่องราวการเปลี่ยนศาสนาจากอิสลามที่สมดุลที่สุดเท่าที่ฉันเคยพบมา
มันหนักแน่น แต่ปราศจากความเกลียดชัง”

“สวรรค์ยินดีปรีดาเหนือคนๆ หนึ่ง”
ประโยคนี้เพียงประโยคเดียวเปลี่ยนมุมมองของฉันต่อความสำเร็จในการรับใช้พระเจ้าไปเล
ย

“หนังสือเล่มนี้มีเนื้อหาที่ทรงคุณค่า
มันไม่ได้ทำให้ความรุนแรงดูเกินจริงหรือเล่าประสบการณ์อย่างเกินจริง
แต่มันเรียกร้องให้เรามีศรัทธาที่จริงจังและมีระเบียบวินัย”

“ฉันคาดหวังเรื่องราวการกลับใจที่น่าทึ่ง
แต่สิ่งที่ฉันพบคือการเรียกร้องให้ทำพันธสัญญาและดำเนินชีวิตอย่างบริสุทธิ์”

“การเน้นเรื่องระเบียบวินัยเป็นสิ่งที่ท้าทายผมมากกว่าปาฏิหาริย์
โครงสร้างช่วยค้ำจุนศรัทธา”

“มันต่อต้านความหน้าซื่อใจคดโดยไม่แสดงท่าทีปกป้องตนเอง
ความซื่อสัตย์นั้นทำให้มันน่าเชื่อถือ”

“นี่ไม่ได้เขียนขึ้นเพื่อปลุกเร้าฝูงชน แต่เขียนขึ้นเพื่อสร้างความเชื่อมั่น”

คำนำ

หนังสือเล่มนี้ไม่ได้เขียนขึ้นเพื่อสร้างความประทับใจให้คุณ
มันถูกเขียนขึ้นเพื่อเผชิญหน้ากับคุณ
เรื่องราวที่คุณกำลังจะอ่านต่อไปนี้ประกอบไปด้วยไฟ เลือด การกดขี่ข่มเหง นิมิต
การแทรกแซงจากระดับชาติ การเผชิญหน้าทางจิตวิญญาณ
และการปกป้องคุ้มครองจากพระเจ้า
มันแสดงให้เห็นถึงความตึงเครียดของครอบครัวที่แตกแยก ความกล้าหาญของแม่ผู้ภาวนา
ความขัดแย้งที่เก็บงำไว้ในใจของพ่อ การเฉียดตายของพี่ชาย
และการเปลี่ยนแปลงอย่างน่าทึ่งของหัวใจที่เคยแข็งกร้าว
แต่นี่ไม่ใช่บันทึกเรื่องราวปาฏิหาริย์ที่น่าตื่นเต้นอะไร
เป็นการศึกษาเรื่องความจงรักภักดี
หลายคนหลงใหลในเรื่องราวการเปลี่ยนศาสนา
บางคนสนใจในประสบการณ์เหนือธรรมชาติ
บางคนรู้สึกสะเทือนใจกับเรื่องราวการถูกกดขี่ข่มเหง
แต่ความหลงใหลไม่ได้หมายถึงการเปลี่ยนแปลง อารมณ์ไม่ได้หมายถึงความอดทน
การเผชิญหน้าไม่ได้นำไปสู่การเชื่อฟังโดยอัตโนมัติ
งานเขียนชิ้นนี้ถูกเขียนขึ้นอย่างระมัดระวังและรอบคอบ
เพื่อหลีกเลี่ยงการสร้างความตื่นเต้นโดยปราศจากพื้นฐานความรู้
ส่วนแรกนำเสนอเรื่องราว—ซึ่งได้มาจากบทสัมภาษณ์ คำเทศนา
และคำให้การที่เปิดเผยต่อสาธารณะ รายละเอียดต่างๆ
ถูกเก็บรักษาไว้ไม่ใช่เพื่อยกย่องบุคคลใดบุคคลหนึ่ง
แต่เพื่อแสดงให้เห็นถึงสิ่งที่เกิดขึ้นเมื่อความเชื่อมั่นปะทะกับการเปิดเผย
ส่วนที่สองให้สิ่งที่คำให้การส่วนใหญ่ขาดไป นั่นคือ โครงสร้าง
สี่สิบวันแห่งการฝึกฝนทางจิตวิญญาณอย่างมีระเบียบวินัย ไม่ใช่ทฤษฎี
ไม่ใช่การไตร่ตรองแบบคลุมเครือ แต่เป็นการมีส่วนร่วมอย่างเป็นระบบ
พระคัมภีร์จากพันธสัญญาเดิมและพันธสัญญาใหม่ บทเรียน คำถาม การอธิษฐาน
การประกาศ และการกระทำ
นี่เป็นความตั้งใจ
เพราะเรื่องราวสามารถปลุกเร้าอารมณ์คุณได้ แต่โครงสร้างจะช่วยให้คุณคงอยู่ได้

เรื่องราวเกี่ยวกับไฟที่ตกลงมาจากฟ้า การที่อาจารย์ถูกทำร้าย
กระสุนทะลุเนื้อแต่ไม่ถึงแก่ชีวิต การช่วยเหลือโดยประธานาธิบดี
และการยืนยันทางการแพทย์ว่าไม่ได้รับบาดเจ็บ —
เรื่องราวเหล่านี้ไม่ได้ถูกนำเสนอเพื่อกระตุ้นให้เกิดการโต้เถียงหรือสร้างความตื่นเต้น แต่
ถูกบันทึกไว้เพราะเป็นส่วนหนึ่งของหลักฐานที่เป็นลายลักษณ์อักษร
แต่การต่อสู้หลักนั้นไม่ใช่เรื่องของการเอาชีวิตรอดแต่อย่างใด
มันเป็นเรื่องของความจงรักภักดี
ความจงรักภักดีต่อความเชื่อที่สืบทอดมา
ความจงรักภักดีต่อประเพณี ความจงรักภักดีต่อความเชื่อมั่น ความจงรักภักดีต่อพระคริสต์
หัวใจสำคัญของหนังสือเล่มนี้คือคำถามที่ไม่อาจหลีกเลี่ยงได้:
เมื่อการเปิดเผยมาเผชิญหน้ากับมรดก คุณจะทำอย่างไร?
งานเขียนชิ้นนี้ไม่ได้อ้างว่าสิ่งที่กล่าวถึงนั้นสมบูรณ์แบบ
และไม่ได้ยกย่องประสบการณ์ใดๆ พระคัมภีร์ยังคงเป็นอำนาจสูงสุด
หากชีวิตมนุษย์คนใดไม่สอดคล้องกับพระคัมภีร์ พระคัมภีร์ก็จะยิ่งสูงกว่าเสมอ
จุดประสงค์ของหนังสือเล่มนี้มีเพียงอย่างเดียว:
เพื่อชี้ทางให้ผู้อ่านรู้จักพระคริสต์
และเรียกร้องให้พวกเขาเชื่อฟังอย่างมีระเบียบวินัยตามพันธสัญญา
สวรรค์ยินดีกับผู้ที่กลับใจ
ไม่ใช่ฝูงชนที่หลงใหลในความมหัศจรรย์
หากแม้เพียงผู้อ่านคนเดียวสามารถอ่านหนังสือเล่มนี้จบแล้วเกิดความเชื่อมั่นที่แน่วแน่ขึ้น
มีความศักดิ์สิทธิ์ที่ลึกซึ้งขึ้น มีวินัยมากขึ้น
และมีความจงรักภักดีต่อพระเยซูคริสต์อย่างไม่เปลี่ยนแปลง
นั่นหมายความว่างานเขียนชิ้นนี้ได้บรรลุภารกิจแล้ว
อ่านอย่างระมัดระวัง
ไตร่ตรองอย่างซื่อสัตย์
ตอบสนองอย่างมีเจตนา
ส่งต่อเท่านั้น

บทนำ

เปลวไฟยามค่ำคืน

บ้านหลังนั้นไม่ได้เงียบสงบเสียทีเดียว
มีการสั่งซื้อไว้แล้ว
ศาสนาในบ้านหลังนั้นไม่ใช่เรื่องบังเอิญ
มันเป็นโครงสร้าง มันคืออำนาจ มันคือมรดกที่สืทอดจากพ่อสู่ลูกโดยไม่มีการเจรจาต่อรอง
พ่อไม่ใช่คนใจอ่อน
เขาเป็นคนมีระเบียบวินัย เคร่งศาสนา แม่นยำ
เป็นคนที่ถูกหล่อหลอมด้วยความเชื่อมั่นและความเข้มงวดแบบทหาร
ภายในบ้านหลังนั้น มีบางสิ่งเปลี่ยนแปลงไปแล้ว
อย่างเงียบๆ
แม่คนนั้นทำเกินไปแล้ว
ไม่มีการประกาศ
ไม่มีการก่อกบฏ ไม่มีการประท้วงต่อสาธารณะ
เธอยังคงทำอาหาร
ยังคงรับใช้ ยังคงให้เกียรติสามีของเธอ และยังคงอาศัยอยู่ใต้หลังคาเดียวกัน
แต่ความภักดีของเธอเปลี่ยนไปแล้ว
และเมื่อความภักดีเปลี่ยนไป บรรยากาศก็จะเปลี่ยนไปด้วย แม้ว่าจะไม่มีใครพูดอะไรก็ตาม
ไม่นานนัก ลูกชายคนโตก็เริ่มตั้งคำถาม
ความศรัทธาไม่ได้ถูกสืบทอดอีกต่อไปแล้ว แต่
ถูกตรวจสอบพิจารณา
พ่อรู้สึกได้ก่อนที่มันจะถูกประกาศออกมาเสียอีก
ความเชื่อมั่นรู้สึกเหมือนถูกทรยศเมื่อตัวตนถูกคุกคาม
และวันหนึ่ง ความตึงเครียดก็ทวีความรุนแรงขึ้น
ดาบถูกยกขึ้น
ไม่ใช่เชิงสัญลักษณ์
เหล็ก.
ถูกเลี้ยงดูมาให้ทำร้ายลูกชายของตัวเอง

แต่ก่อนที่คมดาบจะฟาดลงมา ลูกชายก็ไม่อยู่ในจุดที่คมดาบเล็งอยู่แล้ว
ต่อมาเขาเล่าว่าเขาถูกเคลื่อนย้ายตัวจากที่เดิมไปยังอีกสถานที่ใกล้เคียง
ดาบฟาดลงมา
แต่ไม่ใช่กับเขา
การสืบทอดมรดกถูกขัดจังหวะ
แต่นี่เป็นเพียงจุดเริ่มต้นเท่านั้น
มีผู้ให้คำแนะนำอยู่คนหนึ่ง
อิหม่าม
ได้รับความเคารพ ได้รับความไว้วางใจ มีส่วนช่วยในการพัฒนาตนเอง
ชายผู้ซึ่งได้หล่อหลอมระเบียบวินัย ฝึกฝนความศรัทธา
และนำพาเขาเข้าสู่การปฏิบัติทางจิตวิญญาณที่ลึกซึ้งยิ่งขึ้น
รวมถึงความรู้เกี่ยวกับพลังทางจิตวิญญาณและพิธีกรรมที่ซ่อนเร้น
ความจงรักภักดีต่ออาจารย์ท่านนี้ไม่ใช่เรื่องบังเอิญ
มันก่อตัวขึ้นตั้งแต่ในวัยเด็ก
แล้วการเผชิญหน้าก็เกิดขึ้น
ต่อมาเขาได้อธิบายเรื่องนี้อย่างชัดเจนว่า:
"ฉันเห็นเปลวไฟจากสวรรค์"
ไม่ใช่คำอุปมา
ไฟ.
อิหม่ามถูกทำร้าย
คนรอบข้างเห็นบาดแผลบวมเป่ง ส่วน
เขาเห็นความขัดจังหวะ
บางคนมองเห็นแต่ความบาดเจ็บ แต่
เขามองเห็นแต่ความเสี่ยง
สวรรค์ไม่เคลื่อนไหวเพื่อสร้างความตื่นตาตื่นใจ
มันเคลื่อนที่ได้อย่างแม่นยำ
ไฟนั้นไม่ได้จุดเพื่อให้คนจำนวนมากมามุงดู
นั่นเป็นเพราะเหตุผลข้อหนึ่ง
ต่อมา ในเมืองไมดูกูรี ก็เกิดเหตุการณ์ปะทะกันอีกครั้ง
เขาได้เห็นนรกมาแล้ว
เขาสามารถจดจำใบหน้าเหล่านั้นได้ ไม่ใช่คนแปลกหน้า

ครูอาจารย์
จากนั้นเขาได้เห็นสวรรค์
เมืองแห่งระเบียบ
ความงดงาม แสงสว่าง สีทอง
เขากลับมาด้วยอาการสั่นเทา
แต่การเปิดเผยไม่ได้นำไปสู่การยอมจำนนในทันที
การมองเห็นไม่ได้หมายถึงการยอมจำนนเสมอไป
หลายปีต่อมา กระสุนปืนก็ทะลุเข้าสู่ร่างกายของเขา
โลหะจะกระแทกเข้าที่กะโหลกศีรษะของเขา
เลือดจะไหลออกจากศีรษะของเขา
เขาจะถูกนำตัวส่งโรงพยาบาลด้วยรถในสภาพที่สันนิษฐานว่าเสียชีวิตแล้ว
แต่เขาจะกลับมาอีกครั้ง
จะมีผู้คุ้มกันล้อมรอบตัวเขา
ประธานาธิบดีจะเข้ามาแทรกแซง
ผู้เชี่ยวชาญทางการแพทย์ในต่างประเทศจะยืนยันสิ่งที่ขัดกับตรรกะ:
ยังมีชีวิตอยู่
สภาพสมบูรณ์ ไม่มีโครงสร้างเสียหาย
แต่ภัยคุกคามที่ร้ายแรงที่สุดต่อศรัทธาของเขาไม่ใช่ไฟ
ไม่ใช่นรก ไม่ใช่สวรรค์ ไม่ใช่กระสุนปืน
นั่นจะเป็นการเสแสร้ง
และเสียงกระซิบที่ขอให้กลับมา
จนกระทั่งคืนหนึ่งในห้องพักโรงแรม เมื่อเขาเปิดประตูออก —
และได้เห็นบุคคลที่เขาติดตามมาตลอด
เสียงนั้นกล่าวว่า “เรามาไกลเกินไปแล้ว
มันสายเกินไปที่จะย้อนกลับไป”
นี่ไม่ใช่เรื่องราวเกี่ยวกับความตื่นตาตื่นใจ
มันเกี่ยวกับความจงรักภักดี
และก่อนที่หนังสือเล่มนี้จะจบลง คุณจะต้องเผชิญกับคำถามเดิมอีกครั้ง:
เมื่อไฟไหม้ลงมา อะไรจะยังคงอยู่?

การแนะนำ

นี่ไม่ใช่เรื่องราวเกี่ยวกับไฟ

หนังสือเล่มนี้ไม่ได้เกี่ยวกับไฟ

เรื่องนี้ไม่ได้เกี่ยวกับกระสุนปืน ภาพนิมิต การแทรกแซงทางการเมือง
หรือการเอาชีวิตรอดอย่างหวุดหวิด

เหตุการณ์เหล่านั้นเกิดขึ้น
จริง มีเอกสารบันทึกไว้ และมีพยานยืนยัน

แต่พวกเขาไม่ใช่ศูนย์กลาง

จุดศูนย์กลางคือความจงรักภักดี

หลายคนจะหยิบหนังสือเล่มนี้ขึ้นมาอ่านเพราะองค์ประกอบที่แปลกใหม่ เช่น ไฟที่ตกลงมา การเผชิญหน้ากับสวรรค์และนรก การพยายามลอบสังหาร การช่วยเหลือประธานาธิบดี รายละเอียดเหล่านั้นดึงดูดความสนใจ พวกมันขัดจังหวะความคิดแบบเดิมๆ และท้าทายสมมติฐานต่างๆ

แต่ความตื่นตาตื่นใจเพียงอย่างเดียวไม่สามารถนำไปสู่การเปลี่ยนแปลงได้อย่างยั่งยืน

ความจงรักภักดีทำได้

นี่คือหนังสือเกี่ยวกับสิ่งที่เกิดขึ้นเมื่อความเชื่อที่สืบทอดมาถูกเผชิญหน้ากับความจริงที่ถูกเปิดเผย มันเกี่ยวกับสิ่งที่เกิดขึ้นเมื่อโครงสร้างปะทะกับการเผชิญหน้า มันเกี่ยวกับสิ่งที่ยังคงหลงเหลืออยู่เมื่อระบบสั่นคลอนและอัตลักษณ์ถูกทดสอบ

นี่คือเรื่องราวของความจงรักภักดีภายใต้สถานการณ์คับขัน

การสืบทอดและการขัดจังหวะ

บางคนสืบทอดศาสนาเหมือนกับที่บางคนสืบทอดที่ดิน

มันถูกกำหนดมาตั้งแต่เกิด
มันถูกปลูกฝังโดยสิ่งแวดล้อม และมันถูกเสริมสร้างโดยวัฒนธรรม

ในสภาพแวดล้อมเช่นนี้ ศรัทธาไม่ได้ถูกพิจารณา แต่กลับถูกซึมซับเข้าไป

วินัยกลายเป็นความศรัทธา
กิจวัตรประจำวันกลายเป็นความถูกต้องชอบธรรม โครงสร้างกลายเป็นอัตลักษณ์

และเมื่อเกิดการเปลี่ยนแปลงขึ้น มันก็ไม่ใช่เรื่องเล็กน้อย

มันเป็นเหตุการณ์แผ่นดินไหวครั้งใหญ่

หนังสือเล่มนี้ติดตามการเปลี่ยนแปลงครั้งสำคัญนั้น

แม่ผู้ซึ่งความภักดีเปลี่ยนไปอย่างเงียบๆ แต่เด็ดขาด
พี่ชายผู้ซึ่งรอดชีวิตมาได้ภายใต้คมดาบ พ่อผู้ซึ่งโลกเริ่มแตกสลาย
และอาจารย์ผู้ซึ่งประสบกับสิ่งที่ไม่สามารถอธิบายได้

แต่ขอเน้นย้ำอีกครั้งว่า สิ่งเหล่านี้ไม่ได้นำเสนอมาเพื่อสร้างความประหลาดใจแต่อย่างใด

สิ่งเหล่านี้ถูกนำเสนอเพื่อแสดงให้เห็นว่าความจริงมักก่อให้เกิดความวุ่นวายก่อนที่จะนำมาซึ่งการเปลี่ยนแปลง

ไฟไม่ใช่หลักฐาน

ในพระคัมภีร์ ไฟปรากฏอยู่บ่อยครั้ง

มันตกลงบนแท่นบูชาของเอลียาห์
มันเผาผลาญนาดาบและอาบิฮู มันเกิดขึ้นในวันเพนเตโคสต์

แต่ไฟไม่ใช่สาระสำคัญเสมอไป

นี่เป็นการยืนยันแล้ว

ในเรื่องเล่านี้ ไฟได้เข้ามาขัดจังหวะระบบแห่งความแน่นอน มันเปิดโปงความภักดี มันเป็นจุดเปลี่ยน แต่ไฟไม่ได้ทำให้การเดินทางสิ้นสุดลง

การเปิดเผยเพียงอย่างเดียวไม่ก่อให้เกิดการเชื่อฟัง

เขาได้เห็นสวรรค์

เขาได้เห็นนรกมาแล้ว

เขากลับมาแล้ว

และก็ยังไม่ยอมจำนนในทันที

ทำไม

เพราะความจงรักภักดีไม่ได้เกิดขึ้นจากการเผชิญหน้า แต่เกิดขึ้นจากการตัดสินใจ

การต่อสู้ครั้งยิ่งใหญ่

กระสุนปืนไม่ได้ทำให้เรื่องราวจบลง

ไฟไม่ได้เป็นตัวกำหนดสิ่งนั้น

การอพยพประธานาธิบดีไม่ได้ช่วยให้สถานการณ์ปลอดภัย

ภัยคุกคามที่ร้ายแรงที่สุดเกิดขึ้นในภายหลัง — จากภายในคริสตจักรเอง

ความหน้าซื่อใจคด

ความศรัทธาที่ไม่กระตือรือร้น

ผลงานดีแต่ขาดระเบียบวินัย

ความรู้สึกอยากหวนกลับไปสู่ศาสนาที่มีโครงสร้างมากกว่าที่จะอดทนอยู่ในชุมชนที่ไม่สมบูรณ์แบบ

และนั่นคือจุดที่หนังสือเล่มนี้เปลี่ยนจากชีวประวัติไปเป็นการสะท้อนภาพ

เพราะหลายคนไม่ยอมละทิ้งความจริงเพราะขาดการเปิดเผย

พวกเขาจากไปเพราะความผิดหวัง

เหตุผลที่หนังสือเล่มนี้มีอยู่

หนังสือเล่มนี้จัดทำขึ้นเพื่อการอบรมสั่งสอน

ไม่ใช่ความหลงใหล

มันมีอยู่เพื่อกระตุ้นให้ผู้อ่านก้าวข้ามความชื่นชมไปสู่การวิเคราะห์วิจารณ์

ส่วนที่หนึ่งนำเสนอเรื่องราวอย่างชัดเจน ตรงไปตรงมา โดยปราศจากการปรุงแต่งใดๆ
มันติดตามเรื่องราวการสืบทอด การเผชิญหน้า การพบปะ การถูกกดขี่ข่มเหง การรักษาไว้และภารกิจ

ส่วนที่สองนำเสนอแผนการเดินทาง 40 วันที่วางไว้อย่างเป็นระบบ
ไม่ใช่เพื่อเลียนแบบบุคลิกภาพใด แต่เพื่อปลูกฝังความจงรักภักดีต่อพระคริสต์อย่างมีวินัย

นี่เป็นเรื่องสำคัญ:

เราไม่ได้กำลังชี้แนะผู้อ่านไปยังผู้ชายคนใดคนหนึ่ง

เรากำลังชี้ทางให้ผู้อ่านไปสู่พระคริสต์

เรื่องราวชีวิตที่บันทึกไว้ในที่นี้เป็นกรณีศึกษา ไม่ใช่แบบอย่าง เป็นตัวอย่าง ไม่ใช่รูปเคารพ เป็นคำบอกเล่า ไม่ใช่หลักศาสนศาสตร์

หากชีวิตนี้สอดคล้องกับพระคัมภีร์ เราก็ควรเรียนรู้จากสิ่งนั้น

หากชีวิตใดล้มเหลวในการยึดมั่นในพระคัมภีร์ พระคัมภีร์ก็ยังคงเป็นอำนาจสูงสุดเสมอ

เป้าหมายไม่ใช่ความภักดีส่วนบุคคล

นี่คือ ความจงรักภักดี ตามพันธสัญญา

สาวกผู้ซ่อนเร้น

ในพระคัมภีร์ การแสดงความจงรักภักดีไม่ได้แสดงออกอย่างเปิดเผยเสมอไป

นิโคเดมัสมาในเวลากลางคืน
โยเซฟแห่งอาริมาเธียทำหน้าที่ในพิธีฝังศพ
นาอามานคุกเข่าในวิหารต่างแดนขณะที่ยังคงจงรักภักดีต่อพระเจ้า
ดาวิดอาศัยอยู่ท่ามกลางชาวฟีลิสเตียขณะที่ยังคงรักษาเอกลักษณ์ตามพันธสัญญา
เอสเธอร์ปกปิดเชื้อสายของตนจนกระทั่งถึงเวลาที่ต้องเปิดเผย

บางครั้งการแสดงความจงรักภักดีก็แสดงออกอย่างโจ่งแจ้ง

บางครั้งมันก็เป็นเรื่องของกลยุทธ์

แต่มันต้องเป็นเรื่องจริงแน่ๆ

เรื่องราวนี้ก่อให้เกิดคำถามสำคัญข้อหนึ่ง:

ความภักดีของคุณสร้างขึ้นบนพื้นฐานใด — มรดก การพบปะ วัฒนธรรม หรือความเชื่อมั่น?

สำหรับผู้อ่าน

หนังสือเล่มนี้เหมาะสำหรับ:

ผู้ที่ได้รับสืบทอดศรัทธามาโดยไม่เคยพิจารณา
ผู้ที่ได้พบกับความจริงแต่ยังลังเลที่จะยอมจำนน
ผู้ที่รอดชีวิตจากการโจมตีแต่ยังคงดิ้นรนกับความผิดหวัง
ผู้ที่ต้องรับมือกับครอบครัวที่แตกแยก
ผู้ที่ต้องเผชิญกับความหน้าซื่อใจคดภายในระบบศาสนา
ผู้ที่เชื่อว่าพระเจ้าจะทรงเคลื่อนไหวเฉพาะในหมู่คนหมู่มากเท่านั้น

สวรรค์ยินดีปรีดาเหนือคนผู้นี้

คุณภาพสำคัญกว่าปริมาณ

หากเกิดไฟไหม้และมีเพียงคนเดียวที่ตอบสนอง สวรรค์ก็ยังคงเคลื่อนไหวอยู่ดี

โครงสร้างของการเดินทาง

ส่วนที่ 1 – เรื่องราวของกลุ่ม Allegiance Under Fire
การติดตามลำดับเหตุการณ์และหลักศาสนศาสตร์เกี่ยวกับการก่อตั้ง การเผชิญหน้า การถูกกดขี่ การรักษาไว้ และภารกิจของกลุ่ม

ส่วนที่ 2 – การเดินทางเชิงกลยุทธ์ 40 วัน
ประกอบด้วยเรื่องราวประจำวัน พระคัมภีร์ (พันธสัญญาเดิมและพันธสัญญาใหม่) การไตร่ตรอง การประกาศ การอธิษฐาน และการกระทำ
เป็นการเคลื่อนไหวอย่างมีสติจากความเชื่อมั่นที่ซ่อนเร้นไปสู่ความอดทนอย่างมีวินัย

นี่ไม่ใช่การอ่านแบบเฉยๆ

เป็นการจัดวางโดยเจตนา

การปฐมนิเทศครั้งสุดท้าย

ก่อนดำเนินการต่อ โปรดเข้าใจสิ่งนี้:

หนังสือเล่มนี้จะไม่ทำให้คุณเพลิดเพลิน

มันจะไม่ตรงกับความคาดหวังของคุณ

มันจะไม่ทำให้ความทุกข์ทรมานดูเกินจริงจนน่าตกใจ

มันจะก่อให้เกิดความขัดแย้งเรื่องความภักดี

เพราะท้ายที่สุดแล้ว ไม่ว่าจะเป็นไฟ นรก สวรรค์ กระสุน ความเสแสร้ง และการเอาชีวิตรอด คำถามหนึ่งยังคงอยู่:

คุณเป็นของใคร?

แล้วอะไรจะเหลืออยู่เมื่อไฟดับลง?

.

บทที่ 1

บิดาผู้สร้างโครงสร้าง

ก่อนที่จะเกิดความขัดแย้งในบ้านนั้น มีแต่ความสงบเรียบร้อย
ก่อนที่จะมีการเปลี่ยนแปลง ก็มีการอบรมสั่งสอนมาก่อน
ก่อนที่ไฟจากสวรรค์จะลงมานั้น
ได้มีการอบรมสั่งสอนภายใต้ผู้นำที่เชื่อว่าศาสนาไม่ใช่เรื่องของความชอบส่วนบุคคล
แต่เป็นคำสั่ง
พ่อของอิซาเป็นทหารผ่านศึกสงครามโลกครั้งที่สอง
ความแม่นยำแบบทหารหล่อหลอมเขามานานก่อนที่การเป็นพ่อจะเกิดขึ้น
ความแม่นยำนั้นส่งผลมาถึงในบ้าน ศาสนาไม่ได้แยกออกจากชีวิตประจำวัน
แต่มันเป็นสิ่งที่ควบคุมชีวิตประจำวันของเขา
รูปแบบเป็นไปอย่างสม่ำเสมอ:
จากที่ทำงานไปมัสยิด
จากมัสยิดไปบ้าน จากบ้านไปมัสยิด
ไม่มีการเบี่ยงเบน ไม่มีการแบ่งความภักดี ไม่มีการผ่อนปรนในการปฏิบัติตามกฎ
ศาสนาอิสลามในบ้านหลังนั้นไม่ใช่เพียงแค่เครื่องประดับทางวัฒนธรรม
แต่เป็นโครงสร้างของบ้าน
เด็ก ๆ เติบโตมาในระบบที่คาดหวังและตรวจสอบการเชื่อฟัง
การถือศีลอดในช่วงเดือนรอมฎอนไม่ได้เริ่มต้นในวัยรุ่น อีซาเริ่มถือศีลอดตั้งแต่อายุ 5 ขวบ
ถือศีลอดเต็มวัน ไม่มีข้อยกเว้นเพราะอายุ
การอธิษฐานไม่ได้จำกัดอยู่แค่เพียงหน้าที่เท่านั้น
เขาให้การว่าเขาปฏิบัติศาสนกิจมากถึง 172 รอบต่อวัน
ซึ่งรวมถึงการละหมาดตามข้อบังคับและการท่องจำเพิ่มเติมตามความสมัครใจ
มีการท่องจำโองการในคัมภีร์อัลกุรอานหลายพันครั้ง
การทำสมาธิโดยพิจารณาจากคัมภีร์นั้นเป็นไปอย่างเคร่งครัด ซ้ำแล้วซ้ำเล่า และเข้มข้น
ไม่มีการตีความข้อความใหม่

หากคัมภีร์อัลกุรอานกล่าวว่า “จงฆ่าพวกมันทุกที่ที่พวกเจ้าพบเจอ”
ก็ถือว่าได้รับการยอมรับตามนั้นโดยไม่มีข้อสงสัยใด ๆ
ไม่มีการปรับเปลี่ยนบริบทใดๆ และไม่มีการลดทอนความหมายทางศาสนศาสตร์
นี่คือความเชื่อที่ถูกนำไปปฏิบัติ
อิซาเล่าว่าเมื่ออายุได้เจ็ดหรือแปดขวบ เขาเริ่มประสบกับปรากฏการณ์ทางจิตวิญญาณ
ซึ่งเขาเข้าใจว่าเป็นประสบการณ์การพบกับ “อัล-ญิน”
เขาบรรยายถึงการเห็นสิ่งมีชีวิตที่มีรูปร่างผสมผสาน บางครั้งคล้ายสัตว์ บางครั้งเรืองแสง
การพบเจอเหล่านี้ไม่ได้ทำให้เขากลัว แต่กลับเสริมสร้างอุดมการณ์ที่เขาได้รับการสอนมา
เขาเชื่อว่าประสบการณ์เหล่านี้ยืนยันความจริงของศาสนาอิสลาม
เมื่อถึงเวลาเที่ยง การจัดระเบียบก็เข้มข้นขึ้น
เขาเข้ารับการฝึกฝนทางทหารของกลุ่มติดอาวุธอิสลามนอกเมือง
การฝึกนี้ประกอบด้วยการฝึกฝนร่างกาย การชกมวย คาราเต้ การใช้อาวุธ การฝึกเอาตัวรอด
และการฝึกแบบกองโจร พ่อแม่ของเขาสนับสนุนและให้ทุนในการฝึกฝนนี้
และถือว่าเป็นเรื่องที่น่ายกย่อง
ต่อมาเขาได้กล่าวถึงการมีส่วนร่วมในขบวนการอิสลามที่มีโครงสร้าง
รวมถึงการวางแผนเชิงกลยุทธ์เพื่อการขยายอิทธิพลของศาสนาอิสลาม
เขายอมรับว่ามีส่วนร่วมในการกระทำที่ก้าวร้าวต่อชาวคริสต์โดยตรง เช่น
การทำร้ายร่างกายชาวคริสต์ การเผาโบสถ์ การทำลายคัมภีร์ไบเบิลในที่สาธารณะ
และการข่มขู่ทางจิตใจ
นี่ไม่ใช่การแสดงความเป็นปรปักษ์แบบไม่ตั้งใจ
มันเป็นภารกิจ
ระเบียบวินัยเป็นสิ่งที่กำหนดระบบ
พิธีกรรมช่วยเสริมสร้างความภักดี
การทำซ้ำๆ สร้างความเชื่อมั่น
ความเกลียดชังไม่ได้เกิดขึ้นโดยบังเอิญ แต่มันถูกปลูกฝังมา
ศาสนาคริสต์ถูกมองว่าเป็นศัตรู
Dominion ถูกมองว่าเป็นโชคชะตา
และอิซาก็ซึมซับมันเข้าไป
เขาต้องการทำให้พ่อของเขาพอใจ
เขาต้องการปกป้องความเชื่อของตน
เขาต้องการผลักดันสิ่งที่เขาเชื่อว่าเป็นพระบัญชาจากพระเจ้า

เมื่อเข้าสู่วัยรุ่นและเติบโตเป็นผู้ใหญ่ เขาก็ไม่ได้สำรวจความเชื่อใดๆ อีกต่อไป

เขากำลังบังคับใช้กฎนั้นอยู่

โครงสร้างสร้างเสร็จสมบูรณ์แล้ว

ความภักดีนั้นชัดเจน

ระบบทำงานได้อย่างถูกต้องตามที่ออกแบบไว้ทุกประการ

จากนั้นรอยร้าวก็เริ่มขึ้น

ไม่ได้มาจากภายนอก

จากด้านใน

แม่ของเขาเปลี่ยนศาสนา

บทที่ 2

คุณแม่ผู้เปลี่ยนศาสนาและยังคงนับถือศาสนาต่อไป

การเปลี่ยนศาสนาครั้งแรกในครอบครัวไม่ได้เกิดขึ้นในสนามรบ

มันเกิดขึ้นอย่างเงียบๆ

แม่ของอิซาอุทิศชีวิตให้กับพระคริสต์ขณะที่ยังอาศัยอยู่ในบ้านที่ปฏิบัติตามกฎระเบียบอิสลามอย่างเคร่งครัด

นี่ไม่ใช่สภาพแวดล้อมที่ศาสนาทำหน้าที่เป็นวัฒนธรรม มันคืออัตลักษณ์ มันคือคำสั่ง มันคือระเบียบ

อำนาจของบิดาและความศรัทธาในศาสนาอิสลามของครอบครัวนั้นเกี่ยวพันกัน

มัสยิดเป็นตัวกำหนดกิจวัตรประจำวัน คัมภีร์อัลกุรอานเป็นตัวกำหนดความคิด

การเชื่อฟังเป็นตัวกำหนดพฤติกรรม

และภายในโครงสร้างนั้นเอง แม่ก็เปลี่ยนความภักดีไป

การเปลี่ยนศาสนาของเธอไม่ได้ถูกประกาศต่อสาธารณะในตอนแรก มันเริ่มต้นจากภายใน

แต่ในครอบครัวที่เคร่งศาสนา

การเปลี่ยนแปลงภายในจะปรากฏให้เห็นในพฤติกรรมในที่สุด

รูปแบบการสวดมนต์ของเธอเปลี่ยนไป

น้ำเสียงของเธอเปลี่ยนไป

ท่าทางของเธอเปลี่ยนไปในขณะที่กำลังอธิษฐานภาวนา

เธอยังคงทำหน้าที่ภรรยาและแม่ต่อไป เธอยังคงทำอาหาร ดูแลบ้าน

และไม่ได้ปลีกตัวออกจากครอบครัว

แต่ความเชื่อมโยงทางจิตวิญญาณของเธอไม่เหมือนเดิมอีกต่อไป

ความแตกต่างนั้นก่อให้เกิดความตึงเครียด

ในครัวเรือนที่มีระเบียบวินัยแน่นแฟ้น ความเป็นเอกภาพช่วยรักษาเสถียรภาพ

เมื่อสมาชิกคนใดคนหนึ่งแตกต่างออกไป ระบบทั้งหมดก็จะรู้สึกถึงความตึงเครียด

เธอไม่ได้ถกเถียงเรื่องศาสนาบนโต๊ะอาหาร เธอไม่ได้เยาะเย้ยระบบที่เธอเคยอยู่

เธอไม่ได้ท้าทายอำนาจของสามีอย่างเปิดเผย แต่เธอยังคงอยู่เคียงข้างเขา

สิ่งที่เหลืออยู่ไม่ใช่ความอ่อนแอ

การที่เธอยังคงอยู่ในระบบหมายความว่าเธอจะต้องเผชิญกับผลที่ตามมาภายในระบบนั้นเอง แทนที่จะเผชิญจากระยะไกล
ความภักดีใหม่ของเธอไม่ได้ถูกปกปิดไว้ตลอดไป
ลูกชายทั้งสองสังเกตอย่างระมัดระวัง
พวกเขาได้รับการฝึกฝนให้สังเกตระเบียบวินัย พวกเขาได้รับการฝึกฝนให้ระบุความจริงจัง
พวกเขารู้ว่าการปฏิบัติตามหลักศาสนาอิสลามอย่างเคร่งครัดนั้นเป็นอย่างไร
พวกเขารู้ว่าการมีส่วนร่วมอย่างเต็มที่นั้นต้องทำอย่างไร
มีบางอย่างที่แตกต่างออกไป
ความสงบสุขของเธอไม่ได้สร้างขึ้นจากบทสวดเดิมๆ อีกต่อไป
ความศรัทธาของเธอไม่ได้มุ่งไปในทิศทางเดิมอีกแล้ว ศูนย์กลางภายในของเธอได้เปลี่ยนไป
พ่อ ยังคงรักษา ความสงบเรียบร้อย โครงสร้างไม่ได้ผ่อนคลายลง
ความคาดหวังเรื่องความสอดคล้องไม่ได้หายไป
แต่ตอนนี้บ้านหลังนี้มีความภักดีอยู่สองฝ่าย
บรรยากาศเริ่มตึงเครียดขึ้น
มันยังไม่ระเบิด
แต่พื้นที่นั้นถูกแบ่งแยกออกไป
สำหรับอิซา ผู้ซึ่งยังคงยึดมั่นในหลักศาสนาอิสลามอย่างสุดโต่ง เรื่องนี้ทำให้เขาสับสน
ระบบที่เขาเชื่อว่าเป็นสิ่งเด็ดขาดกลับเผชิญกับความขัดแย้งภายในบ้านของเขาเอง
บุคคลที่เคยเลี้ยงดูเขามากลับแสดงความภักดีที่แตกต่างออกไป
การเปลี่ยนศาสนาภายในบริบทเช่นนี้ไม่ได้หมายความถึงการเปลี่ยนศาสนาธรรมดาแต่อย่างใด
มันถูกตีความว่าเป็นการทรยศต่อวงศ์ตระกูล ความจงรักภักดี และโชคชะตา
แต่เธอก็ยังคงอยู่ต่อ
เธอไม่ได้ละทิ้งชีวิตสมรส
เธอไม่ได้ทอดทิ้งครอบครัว เธอไม่ได้ไปขอความคุ้มครองจากที่อื่น
เธอยังคงจมอยู่ท่ามกลางความตึงเครียดนั้น
ศรัทธาของเธอไม่ได้แสดงออกด้วยการเผชิญหน้าในที่สาธารณะ
แต่แสดงออกด้วยความอดทน
ความอดทนนั้นจะถูกทดสอบเกินกว่าความเห็นต่างในไม่ช้า
การเปลี่ยนแปลงครั้งต่อไปจะไม่จำกัดอยู่แค่เพียงภายในขอบเขตนั้น
บุตรชายคนโตได้พบกับพระคริสต์

และเมื่อเขาทำเช่นนั้น รอยร้าวภายในครอบครัวก็กลายเป็นความขัดแย้งอย่างเปิดเผย

บทที่ 3

อมาดู อัลมาดู บูบา และดาบ

การเปลี่ยนแปลงครั้งที่สองในครัวเรือนนั้นไม่ได้เกิดขึ้นทีละน้อย

มันเป็นเรื่องชี้ขาด

อามาดู อัลมาดู น้องชายคนโตของอิซา **บูบา** มอบชีวิตของเขาให้กับพระคริสต์

นี่ไม่ใช่ความอยากรู้อยากเห็นส่วนตัว แต่มันคือการเปลี่ยนแปลงความภักดีอย่างเปิดเผย

ในบ้านที่ยึดมั่นในหลักศาสนาอิสลามอย่างเคร่งครัด

การตัดสินใจเช่นนี้จึงไม่ได้ถูกมองว่าเป็นความขัดแย้ง แต่เป็นการกบฏ

หลังจากเปลี่ยนศาสนา อมาดูไม่ได้ออกจากบ้านทันที

เขายังคงอยู่ในสภาพแวดล้อมเดียวกับที่แม่ของเขาเคยอยู่

แต่ปฏิกิริยาต่อการเปลี่ยนศาสนาของเขานั้นแตกต่างออกไป

การเปลี่ยนแปลงตำแหน่งของแม่สร้างความตึงเครียด

ในขณะที่การเปลี่ยนศาสนาของเขากลับสร้างความขัดแย้ง

จากคำให้การของบาทหลวงอิซา สถานการณ์บานปลายอย่างรวดเร็ว

บิดาซึ่งปกครองบ้านด้วยระเบียบวินัยแบบทหารและความเคร่งครัดทางศาสนาอย่างแท้จริง

ตอบโต้ด้วยกำลัง

การเผชิญหน้าครั้งนี้เลยเถิดไปไกลกว่าแค่การใช้คำพูด

อิซาเล่าว่าพ่อของเขาเดินมาจากด้านหลังของอามาดูพร้อมดาบเล่มหนึ่ง

ไม่ใช่การแสดงออกเชิงสัญลักษณ์

อาวุธที่แท้จริง

เขาอธิบายว่าใบมีดนั้นคมมาก สามารถบาดผิวหนังได้แม้เพียงสัมผัสเบาๆ

จุดประสงค์ไม่ใช่การข่มขู่ แต่เป็นการลงมือสังหาร

บิดาชักดาบขึ้นจะฟันลูกชายของตนเองเพราะเปลี่ยนไปนับถือศาสนาคริสต์

ในขณะนั้นไม่มีการเจรจาใดๆ เกิดขึ้น

ใบมีดถูกยกขึ้น

การนัดหยุดงานกำลังจะเกิดขึ้น
จากนั้น ตามคำบอกเล่าของอิซา
เกิดเหตุการณ์บางอย่างที่เปลี่ยนแปลงเส้นทางชีวิตของครอบครัวไป
เขาบอกว่าพระวิญญาณบริสุทธิ์ได้เข้ามาแทรกแซง
เขาเล่าว่า อมาดูถูกเคลื่อนย้ายออกจากตำแหน่งที่เขายืนอยู่
ไม่ใช่ด้วยการต่อสู้
ไม่ใช่ด้วยการแทรกแซงของมนุษย์ ไม่ใช่ด้วยการวิ่งหนี
เขาบอกว่าพระวิญญาณทรง "เลือก"
น้องชายของเขาและทรงพาเขาออกไปจากเส้นทางแห่งคมดาบ
ดาบฟาดลงมา
แต่กระสุนไม่ได้ตกใส่เนื้อหนัง
แต่กระสุนกลับพุ่งทะลุแทรมโพลีนที่อยู่ด้านหลังจุดที่อมาดูยืนอยู่ และปักลงไปในพื้นดิน
จุดที่คมดาบปักลงไปนั้น เป็นจุดเดียวกับที่ร่างของเขาอยู่เมื่อครู่ก่อนหน้านี้
อมาดูไม่อยู่ที่นั่นแล้ว
เขาถูกย้ายไปยังสถานที่ใกล้เคียง
การโจมตีพลาดเป้า
ความพยายามสังหารไม่สำเร็จ
ช่วงเวลานั้นถือเป็นจุดเปลี่ยนครั้งสำคัญในบ้านหลังนั้น
นี่ไม่ใช่ความขัดแย้งเกี่ยวกับหลักคำสอนอีกต่อไปแล้ว
นี่เป็นการพยายามประหารชีวิต
พ่อได้ลงมือทำแล้ว
ดาบถูกยกขึ้นแล้ว
ใบมีดได้ตกลงมาแล้ว
แต่ลูกชายก็ยังคงมีชีวิตรอด
อมาดูไม่ได้เปลี่ยนใจหลังจากเหตุการณ์ดังกล่าว
เขาไม่ได้ละทิ้งการเปลี่ยนศาสนาของเขา
เขายังคงมุ่งมั่นต่อไป
จากคำให้การของอิซา
พี่ชายคนเดียวกันนี้ต่อมาได้ดำรงตำแหน่งเป็นศิษยาภิบาลอาวุโสในคริสตจักรดีเปอร์ไลฟ์
โดยทำหน้าที่ในระดับผู้ดูแลระดับชาติ
ดาบนั้นไม่ได้ปลิดชีวิตเขา

มันเกิดขึ้นก่อนที่เขาจะได้รับการเรียกตัวมา
บรรยากาศภายในบ้านเปลี่ยนไปอย่างถาวร
การเปลี่ยนศาสนาอย่างเงียบๆ ของแม่ได้ก่อให้เกิดความแตกแยกภายในครอบครัว
การเปลี่ยนศาสนาของอมาดูและเหตุการณ์ใช้ดาบทำให้เกิดความแตกแยกอย่างเปิดเผย
ระบบดังกล่าวถูกท้าทายจากภายใน
และสิ่งที่เคยเป็นความจงรักภักดีที่เป็นเอกภาพ บัดนี้กลับแตกแยกออกเป็นส่วนๆ
ด้วยความภักดีที่ขัดแย้งกัน
สำหรับอิซา ซึ่งในขณะนั้นยังคงยึดมั่นอยู่กับกลุ่มติดอาวุธอิสลาม
เหตุการณ์นี้จึงไม่ใช่เรื่องที่มองข้ามไปได้ง่ายๆ
เขาได้เห็นเจตนาของพ่อแล้ว
เขาเห็นใบมีดตกลงมา
เขาเห็นพี่ชายของเขายืนอยู่ที่อื่น
เหตุการณ์ดังกล่าวไม่ได้ทำให้เขาเปลี่ยนใจในทันที
แต่เหตุการณ์นั้นได้สร้างความปั่นป่วนให้กับความมั่นใจของเขา
โครงสร้างระบบความเชื่อของเขายังคงไม่เปลี่ยนแปลง
แต่รอยร้าวเริ่มปรากฏขึ้นแล้ว
การเผชิญหน้าครั้งต่อไปจะไม่เกี่ยวข้องกับดาบ
มันเกี่ยวข้องกับการใช้ไฟ

บทที่ 4

การก่อตัวทวีความรุนแรงขึ้น

ในขณะที่แม่และพี่ชายของเขาเปลี่ยนข้างไปแล้ว แต่ไอซาไม่ได้เปลี่ยนข้าง หากจะมีอะไรเปลี่ยนแปลงไป ความตึงเครียดภายในบ้านกลับยิ่งทำให้ความตั้งใจของเขาแน่วแน่มากขึ้น เขาถูกเลี้ยงดูมาให้เชื่อว่าอิสลามไม่ใช่แค่ศาสนา แต่เป็นอาณัติแห่งการปกครอง ตั้งแต่เด็ก ระเบียบวินัยได้หล่อหลอมตัวตนของเขา เหตุการณ์ใช้ดาบที่เกี่ยวข้องกับพี่ชายของเขาไม่ได้ทำลายการหล่อหลอมนั้น แต่กลับยิ่งทำให้เขามั่นใจมากขึ้นว่าการเบี่ยงเบนจากกรอบเดิมจะต้องถูกต่อต้าน ภูมิหลังทางทหารของพ่อเขาไม่ได้หล่อหลอมแค่กิจวัตรประจำวันเท่านั้น แต่ยังหล่อหลอมความคาดหวังในเรื่องความภักดีและความแข็งแกร่งด้วย ความอ่อนโยนทางอารมณ์ไม่ได้รับการส่งเสริม มีแต่การเชื่อฟังเท่านั้นที่ได้รับการเอาใจใส่ การพัฒนาของกลุ่ม Isa ดำเนินไปในแนวทางที่เน้นการต่อสู้ด้วยกำลังทหาร เมื่อเข้าสู่วัยรุ่นตอนต้น เขาได้เข้ารับการฝึกอบรมตามแบบแผนอิสลามอย่างเต็มตัว นอกเมือง ในพื้นที่ห่างไกล เขาและผู้เข้ารับการฝึกอบรมรุ่นเยาว์คนอื่นๆ ได้รับการฝึกฝนด้านร่างกายและการเสริมสร้างอุดมการณ์ การฝึกอบรมประกอบด้วย:

- การต่อสู้ระยะประชิด
- การฝึกซ้อมคาราเต้และมวยสากล
- การฝึกฝนความอดทนทางกายภาพ
- การฝึกเอาชีวิตรอดในสภาพแวดล้อมที่เลวร้าย
- การสัมผัสกับการใช้งานอาวุธ
- การสอนเชิงกลยุทธ์ในสงครามกองโจร

ผู้ปกครองยินดีให้เงินสนับสนุนการฝึกอบรมนี้ การเข้าร่วมถือเป็นเรื่องน่ายกย่อง การปกป้องศาสนาอิสลามไม่ได้ถูกมองว่าเป็นความสุดโต่ง แต่เป็นความถูกต้องชอบธรรม การเสริมสร้างอุดมการณ์ควบคู่ไปกับการฝึกฝนทางกายภาพ มีการท่องจำและอ่านโองการจากคัมภีร์อัลกุรอาน โดยเน้นการเผชิญหน้ากับผู้ที่ไม่เชื่อ

ความเกลียดชังต่อชาวคริสต์และชาวยิวไม่ได้เกิดจากการระเบิดอารมณ์
แต่เป็นการปลูกฝังผ่านการท่องจำซ้ำๆ
อิซาได้ยอมรับว่ามีส่วนร่วมโดยตรงในการกระทำที่เป็นปรปักษ์:

- การทำร้ายร่างกายชาวคริสต์
- การใช้กำลังข่มขู่
- การทำลายคัมภีร์ไบเบิลในที่สาธารณะ
- การเข้าร่วมในการเผาโบสถ์
- การก่อความรุนแรงทางศาสนาอย่างเป็นระบบ

เขาไม่ได้บอกว่าตัวเองเข้ามาเกี่ยวข้องด้วยความไม่เต็มใจ
เขาเชื่อว่าเขากำลังปกป้องความจริง
นอกจากการฝึกฝนทางทหารแล้ว เขายังคงปฏิบัติธรรมอย่างเข้มข้นต่อไป
นอกเหนือจากการละหมาดห้าเวลาตามข้อบังคับในแต่ละวันแล้ว
เขายังทำการละหมาดเพิ่มเติมอีกหลายรอบ เขาได้ให้การยืนยันว่าตนเองละหมาดมากถึง 172 รอบต่อวัน
การท่องจำไม่ใช่เพียงสัญลักษณ์ บทสวดถูกท่องซ้ำนับพันครั้งในระหว่างการทำสมาธิ
การเชื่อฟังเป็นไปตามตัวอักษร
เมื่ออายุได้เจ็ดหรือแปดขวบ เขาได้เล่าถึงปรากฏการณ์ทางจิตวิญญาณ
ซึ่งเขาตีความว่าเป็นการยืนยันถึงหลักการของศาสนาอิสลาม
เขาบรรยายถึงการเห็นสิ่งมีชีวิตที่เขาเชื่อว่าเป็น "ญิน"
ประสบการณ์เหล่านี้ไม่ได้ทำให้เขากลัว แต่กลับยิ่งเสริมสร้างความมุ่งมั่นของเขา
ระบบความเชื่อของเขานั้นไม่เปราะบาง
มันได้รับการเสริมสร้างให้แข็งแกร่งขึ้นด้วยระเบียบวินัย การฝึกฝนซ้ำๆ
ประสบการณ์ทางจิตวิญญาณ และการสนับสนุนจากชุมชน
เมื่อเขาเข้าสู่วัยหนุ่ม เขาไม่ได้เป็นเพียงแค่ผู้เข้าร่วมเท่านั้น
เขามีส่วนร่วมในการวางแผนเชิงกลยุทธ์อิสลามอย่างเป็นระบบ
เขาได้กล่าวถึงการมีส่วนร่วมในขบวนการต่างๆ
ที่มีวิสัยทัศน์ในการขยายอิทธิพลของอิสลามในระยะยาวไปทั่วภูมิภาค
แนวคิดนี้เป็นแนวคิดที่มองการณ์ไกลไปหลายรุ่น และกลยุทธ์นั้นต้องใช้ความอดทน
การเปลี่ยนแปลงภายในบ้านของเขาไม่ได้ทำให้เขาเปลี่ยนใจ
มันทำให้เขาไม่พอใจ
เขาเห็นว่าศาสนาคริสต์อ่อนแอ

เขาเห็นว่าคริสเตียนนั้นประนีประนอมแล้ว
เขาเห็นว่าศาสนจักรเป็นสิ่งที่ต้องเผชิญหน้าด้วย
จากนั้นเหตุการณ์ที่เกี่ยวข้องกับอิหม่ามของเขาก็เกิดขึ้น
และการเผชิญหน้าได้เปลี่ยนจากอุดมการณ์ไปเป็นการเผชิญหน้าโดยตรง

บทที่ 5

ไมดูกูรี, นิมิตแห่งนรก และการปฏิเสธ

การเปลี่ยนแปลงในชีวิตของอิซาไม่ได้เริ่มต้นจากเหตุไฟไหม้
มันเริ่มต้นด้วยความวุ่นวาย
ในช่วงที่เขากำลังพัฒนาแนวคิดทางการเมืองแบบหัวรุนแรง
อิซาได้เดินทางไปยังเมืองไมดูกูรี
ในเวลานั้น เขายังคงยึดมั่นในศาสนาอิสลามอย่างเต็มที่
โครงสร้างทางอุดมการณ์ของเขายังคงอยู่ครบถ้วน
ความเป็นปฏิปักษ์ต่อศาสนาคริสต์ยังคงดำเนินต่อไป และวินัยของเขาก็ไม่ได้อ่อนแอลง
ขณะอยู่ที่เมืองไมดูกูรี
เขาเล่าถึงประสบการณ์เหนือธรรมชาติที่เปลี่ยนแปลงความเชื่อมั่นภายในใจของเขา
เขาบอกว่าเขาได้เห็นนรกมาแล้ว
เขาไม่ได้บรรยายว่ามันเป็นจินตนาการหรือความฝัน แต่เป็นการเผชิญหน้า
จากคำให้การของเขา เขาเห็นเปลวไฟและความทุกข์ทรมานอย่างแสนสาหัส
เขาเห็นผู้คนตกอยู่ในความทรมาน
และในบรรดาบุคคลที่เขารู้จักนั้น มี **ครูสอนศาสนาอิสลาม หรือที่เรียกว่า มัลลัม**
ซึ่งเป็นบุคคลที่สอนหลักคำสอนอิสลามให้แก่เขา
พวกเขาไม่ใช่ศัตรูของศาสนาอิสลาม
พวกเขาเป็นผู้นำภายในกลุ่มนั้น
เขาได้เห็นครูสอนศาสนาอิสลามที่ได้รับการเคารพนับถือหลายท่านตกอยู่ในความทุกข์ยาก

เขาบรรยายว่าพวกเขาร้องไห้ด้วยความเจ็บปวดท่ามกลางเปลวไฟ
สิ่งนี้ไม่สอดคล้องกับกรอบความคิดที่เขาได้รับการสอนมา
เขาถูกเลี้ยงดูมาให้เชื่อว่าศาสนาอิสลามเป็นหนทางที่ถูกต้องเพียงหนึ่งเดียว
ครูบาอาจารย์ชาวมุสลิมเป็นผู้พิทักษ์ความจริง
และจุดหมายปลายทางนิรันดร์ของพวกเขาก็เป็นสิ่งที่มั่นคงแล้ว
แต่ใน นิมิต ที่เขาบรรยาย พวกเขากลับไม่ปลอดภัย
พวกเขาถูกตัดสินลงโทษ
เขาไม่ได้เห็นภาพคริสเตียนที่กำลังถูกทรมาน
เขาถูกแสดงให้เห็นว่ากำลังถูกทรมานโดยเจ้าหน้าที่อิสลาม
รายละเอียดนั้นทำให้เขารู้สึกไม่สบายใจ
หลังจากนั้น เขาเล่าว่าตนเองถูกพาขึ้นไปเบื้องบนและได้เห็นสวรรค์
เขาบรรยายว่าสวรรค์นั้นมีโครงสร้างที่ชัดเจน สว่างไสว เป็นระเบียบ และสงบสุข
เขากล่าวว่าเขาเห็นบุคคลที่เสียชีวิตแล้ว
เขาบรรยายประสบการณ์นั้นว่าเป็นสิ่งที่จับต้องได้และชัดเจน
เขาถูกพาไปยังจุดหมายปลายทางสองแห่ง:
ความทรมาน
และเป็นระเบียบเรียบร้อย
คำพิพากษา
และสันติสุข
เขารอดชีวิตจากประสบการณ์นั้นมาได้
และเขาก็ไม่ได้เปลี่ยนศาสนา
นิมิตนั้นไม่ได้ทำให้เขาเปลี่ยนใจในทันที
การจัดรูปขบวนของเขาลึกเกินไป
วินัย การฝึกฝนซ้ำๆ อุดมการณ์ที่เข้มแข็ง
และความเชื่อที่เป็นระบบระเบียบซึ่งสั่งสมมาหลายปี
ไม่ได้พังทลายลงด้วยประสบการณ์เพียงครั้งเดียว
เขาหวนกลับไปสู่เส้นทางเดิมของเขา
เขายังคงปฏิบัติตามหลักศาสนาอิสลามต่อไป
เขายังคงยึดมั่นในอุดมการณ์การต่อสู้ต่อไป
เขายังคงแสดงท่าทีเป็นปฏิปักษ์ต่อศาสนาคริสต์ต่อไป
แต่ความวุ่นวายยังคงอยู่

เขาได้เห็นบางสิ่งที่ไม่สอดคล้องกับสิ่งที่เขาได้รับการสอนมา
โครงสร้างทางอุดมการณ์ยังคงตั้งมั่นอยู่
แต่ตอนนี้มันเริ่มมีรอยแตกแล้ว
การเผชิญหน้าครั้งสำคัญจะไม่เกิดขึ้นที่เมืองไมดูกูรี
มันจะเกิดขึ้นในภายหลัง
เรื่องนี้จะต้องเกี่ยวข้องกับอิหม่ามของเขา
และมันจะเกี่ยวข้องกับการใช้ไฟ

บทที่ 6

นิมิตที่สาม: 1982 — การยอมจำนน

อิซาได้เห็นเรื่องราวมากมายที่สามารถทำให้คนธรรมดาทั่วไปเสียหลักได้แล้ว
เขาเคยเห็นครูสอนศาสนาอิสลามถูกทรมาน
เขาเคยเห็นสวรรค์ เขาได้เห็นการตายของอิหม่ามผู้สอนความลับทางจิตวิญญาณแก่เขา
แต่เหตุการณ์เหล่านั้นก็ไม่ได้ทำให้เขาเปลี่ยนใจแต่อย่างใด
ความคิดที่ฝังลึกอยู่ภายในตัวเขานั้นรุนแรงเกินไป
เขาได้รับการหล่อหลอมจากการอดอาหารเวลาห้าโมงเย็น
จากการสวดภาวนาที่เกินกว่าหน้าที่ จากการฝึกฝนทางทหาร จากการภาวนาลับๆ
จากการท่องบทสวดที่กำหนดโลกในหมวดหมู่ที่แน่นอน
ศาสนาอิสลามไม่ใช่ระบบความเชื่อที่เขายึดถือ
มันเป็นเพียงโครงสร้างพื้นฐานของอัตลักษณ์ของเขา
แล้วปี 1982 ก็มาถึง
เขาอธิบายว่านี่คือการเผชิญหน้าครั้งที่สามและครั้งสุดท้าย
เขาอยู่ที่ รัฐ บอร์โน ความคิดแบบนักรบยังไม่อ่อนลง ยังคงมีแผนการ การฝึกซ้อม
และกลยุทธ์อยู่ เขาไม่ได้หันไปหาศาสนาคริสต์ เขาไม่ได้อยากรู้อยากเห็น
เขาไม่ได้แสวงหาอะไรใหม่
เขากล่าวอย่างชัดเจนว่า
ไม่มีทางที่เขาจะเชื่อในพระเยซูได้หากปราศจากสิ่งที่เหนือข้อโต้แย้งใดๆ — "สุดยอด
สุดยอด" ในคำพูดของเขาเอง
การเผชิญหน้าครั้งนั้นเกิดขึ้นอย่างกะทันหัน
เขาเล่าว่าตนเองนั่งอยู่ แล้วจึงเข้าสู่สภาวะที่เขาเรียกว่าเป็นภวังค์
สภาพแวดล้อมทางกายภาพรอบตัวเขาค่อยๆ จางหายไป
แล้วเขาก็เห็นพระองค์
พระเยซู

เขาบรรยายถึงพระเยซูด้วยเปลวไฟ — ไม่ใช่ความอบอุ่นเชิงสัญลักษณ์
แต่เป็นการปรากฏตัวที่ลุกโชน เขาบอกว่าเปลวไฟบนพระองค์นั้นรุนแรง
การพบปะครั้งนั้นไม่ใช่การพบปะที่อ่อนโยน มันทรงพลังอย่างเหลือเชื่อ
จากนั้นวิสัยทัศน์ก็เปลี่ยนไป
นรกได้เปิดออกแล้ว
เขากล่าวว่าเขาเห็นมันอย่างชัดเจน
เปลวไฟ ความทุกข์
ทรมาน ความเจ็บปวด
เขาสามารถจำใบหน้าเหล่านั้นได้
เขาเจอคนที่เขารู้จัก
เขาเห็นครูชาวมุสลิม
เขาได้พบกับผู้คนที่เขานับถือ
เขาเห็นปู่ของเขา
นี่ไม่ใช่ทฤษฎีทางศาสนศาสตร์
นี่คือการได้รับการยอมรับ
ผู้คนที่เขาเคยคิดว่าปลอดภัยกลับกำลังถูกเผาไหม้
เขาได้รับการปลูกฝังให้เชื่อว่าความจงรักภักดีต่อศาสนาอิสลามจะรับประกันการได้เข้าสวร
รค์
แต่ในนิมิตที่เขาเล่า พวกเขากลับตกอยู่ในความทุกข์ทรมาน
การเผชิญหน้าไม่ได้จบลงเพียงแค่นั้น
เขาบอกว่าหลังจากนั้นเขาได้เห็นสวรรค์
เขาบรรยายถึงโครงสร้าง ความเป็นระเบียบ ความสว่าง และความสงบ
เขาได้รับการฝึกฝนให้ตายเพื่อสิ่งที่เขาเชื่อ
เขาถูกบอกว่าการเป็นผู้พลีชีพคือการยกระดับ การตายในญิฮาดคือการเลื่อนขั้น
เขาไม่กลัวความตาย
เขายินดีรับสิ่งนั้น
ดังนั้น การเผชิญหน้าครั้งนี้จึงไม่ได้เกิดจากความกลัวตาย
มันเกี่ยวกับการเปิดโปงการหลอกลวง
เขาบอกว่าในตอนนั้น ทุกสิ่งทุกอย่างภายในตัวเขาพังทลายลง
ไม่ใช่ค่อยเป็นค่อยไป
ไม่ใช่ด้านอารมณ์

ในเชิงโครงสร้าง

โครงสร้างทางอุดมการณ์พังทลายลงแล้ว

เขายอมจำนน

ในปี 1982 อิซาได้มอบชีวิตของเขาให้แก่พระเยซูคริสต์

นักปกป้องศาสนาอิสลามผู้แข็งกร้าวได้วางมือจากการจงรักภักดีแล้ว

แต่การยอมจำนนไม่ได้นำมาซึ่งสันติภาพ

มันจุดชนวนสงคราม

บทที่ 7

ฉันเห็นเปลวไฟจากสวรรค์ — ผู้ให้คำแนะนำ

ก่อนที่จะเกิดการเผชิญหน้า มีแต่ความไว้วางใจ

อิหม่ามรู้จักอีซามาตั้งแต่เด็ก เขาเฝ้ามองอีซาเติบโต เขาแก้ไขการออกเสียง ฝึกฝนความจำ และปรับท่าทางในการละหมาดให้เขา เขาไม่ใช่ครูสอนเป็นครั้งคราว แต่เป็นผู้มีอิทธิพลในการหล่อหลอมตัวตนของเขา

ภายใต้การสอนของเขา อิซาได้เรียนรู้ระเบียบวินัย ไม่ใช่ศรัทธาแบบผิวเผิน แต่เป็นการอุทิศตนอย่างเป็นระบบ เขาเรียนรู้วิธีการท่องจำ วิธีการตีความ และวิธีการยืนหยัด แต่เหนือกว่าการสอนต่อสาธารณะ ยังมีสิ่งที่ลึกซึ้งกว่านั้น การปฏิบัติที่ไม่เปิดเผย การอธิษฐาน การฝึกฝนทางจิตวิญญาณ สิ่งที่อิซาจะอธิบายในภายหลังโดยไม่ลังเลว่าเป็น "ส่วนลับที่ลึกซึ้งกว่า" สำหรับเด็กชายผู้กระหายความจริงจัง นี่คืออำนาจ

อิหม่ามไม่ได้เป็นเพียงผู้นำทางศาสนาเท่านั้น แต่เขายังเป็นผู้รักษาประตูแห่งความรู้ เป็นบุคคลที่ได้รับความไว้วางใจให้เข้าถึงสิ่งที่คนอื่นเข้าไม่ถึง

ดังนั้น เมื่อความตึงเครียดเริ่มก่อตัวขึ้นในเส้นทางจิตวิญญาณของอิซา มันไม่ใช่ความตึงเครียดกับคนแปลกหน้า แต่เป็นความตึงเครียดกับคนที่เคยหล่อหลอมเขาด้วยมือของเขาเอง

แล้วเหตุการณ์ขัดจังหวะก็เกิดขึ้น

อิซาไม่เคยลดทอนความรุนแรงของสิ่งที่เขาเห็น เขาไม่ได้นำเสนอมันในฐานะความฝันหรือคำอุปมาอุปไมย เขาพูดอย่างตรงไปตรงมาว่า:

"ฉันเห็นเปลวไฟจากสวรรค์"

เขาบรรยายถึงรถม้าศึก

รถศึกแห่งไฟ

ลง.

เขาเห็นมันพุ่งชน

อิหม่ามล้มลง

คนอื่นๆ ไม่ได้บรรยายสิ่งที่เขาบรรยายไว้
ผู้ที่อยู่ใกล้เคียงในภายหลังกล่าวถึงตุ่มหนองที่ปรากฏขึ้นบนร่างกายของอิหม่าม อาการบวม
การแสดงออกทางกายภาพ พวกเขาไม่ได้พูดถึงไฟ พวกเขาไม่ได้พูดถึงรถม้าศึก
อิซาเน้นย้ำถึงความแตกต่างนี้:
เขาเห็นไฟ
พวกเขาเห็นตุ่มหนอง
อิหม่ามเสียชีวิตแล้ว
เหตุการณ์นั้นทำลายบางสิ่งบางอย่างภายในตัวเขา
นี่คือชายผู้แนะนำเขาให้รู้จักกับศาสตร์ลึกลับ และเป็นผู้กุมอำนาจในระบบนั้น
หากอำนาจนั้นสามารถถูกกระทบได้
หากโครงสร้างทางจิตวิญญาณนั้นสามารถถูกเจาะทะลุได้
ก็แสดงว่ามีบางสิ่งที่ยิ่งใหญ่กว่านั้นกำลังทำงานอยู่
แต่สิ่งที่ทำให้เรื่องราวนี้มีความสมจริงก็คือสิ่งนี้
เขาไม่ได้เปลี่ยนศาสนาในวันนั้น
ไม่มีการยอมจำนนในทันที ไม่มีการเปลี่ยนข้างอย่างฉับพลัน
ไม่มีภาวะล่มสลายทางอารมณ์ไปสู่ศาสนาใหม่
แต่สิ่งที่อันตรายกว่านั้นกลับเกิดขึ้น
เขาแข็งกระด้างขึ้น
การเผชิญหน้าไม่ได้ทำให้เขาอ่อนลง แต่กลับทำให้เขาเข้มแข็งขึ้น เมื่อระบบสั่นคลอน
บางคนก็หนี บางคนก็ยิ่งดื้อรั้นขึ้น อิซาเองก็ดื้อรั้นขึ้นเช่นกัน วินัยของเขาเพิ่มมากขึ้น
ความมุ่งมั่นของเขาแน่นแฟ้นขึ้น และอัตลักษณ์นักต่อสู้ของเขาก็คมชัดขึ้น
ไฟไหม้ได้เปิดเผยบางสิ่งบางอย่างออกมา —
แต่การเปิดเผยไม่ได้หมายความว่าจะนำไปสู่การเชื่อฟังโดยอัตโนมัติ
สิ่งที่จากไปในวันนั้นไม่ใช่แค่เพียงอาจารย์ที่ปรึกษาเท่านั้น
มันเป็นเรื่องแน่นอน
แต่การที่ความแน่นอนพังทลายลงไม่ได้หมายความว่าความจงรักภักดีจะพังทลายลงด้วย
— ไม่ใช่ในทันที
การยิงนั้นแม่นยำ ไม่ใช่การแสดงเพื่อดึงดูดฝูงชน
แต่เป็นการขัดขวางเป้าหมายเฉพาะบุคคลคนหนึ่ง
ซึ่งรากฐานของเขาถูกสร้างขึ้นบนอำนาจของอาจารย์ผู้นั้น
และถึงกระนั้น แม้หลังจากได้เห็นไฟแล้วก็ตาม

แม้หลังจากได้เห็นความตายแล้วก็ตาม
แม้หลังจากรับรู้ถึงความผิดปกติแล้วก็ตาม
เขากล่าวต่อ
นั่นคือเหตุผลที่การเผชิญหน้าครั้งต่อไปต้องลึกซึ้งกว่าเดิม ไม่ใช่การโจมตีจากภายนอก
ไม่ใช่การแสดงออกที่มองเห็นได้
แต่เป็นสิ่งที่แทรกซึมผ่านโครงสร้างเข้าไปถึงความภักดีโดยตรง
ไฟไหม้ได้เกิดขึ้นกับอาจารย์ที่ปรึกษา
แต่การยอมจำนนก็ยังคงเกิดขึ้นอยู่ดี

บทที่ 8

พวกเขาพยายามฆ่าเขาถึงเก้าครั้ง

เมื่ออิซาห์ยอมจำนนในปี 1982 การต่อสู้ทางจิตวิญญาณก็ยังไม่สงบลง
มันปรากฏขึ้นแล้ว
เขาเปลี่ยนสถานะจากคนวงในกลายเป็นศัตรูแล้ว
เขาไม่ได้เป็นเพียงแค่ชาวมุสลิมอีกต่อไปแล้ว
เขาไม่ได้เป็นเพียงแค่นักรบหัวรุนแรงอีกต่อไปแล้ว
เขาเป็นอดีตนักวางแผนกลยุทธ์ที่ตอนนี้หันมาประกาศพระคริสต์
และนั่นทำให้เขากลายเป็นคนอันตราย
เขาได้กล่าวอย่างชัดเจนว่า มีความพยายามลอบสังหารเขาถึงเก้าครั้ง
ไม่ใช่การข่มขู่
ความพยายาม
การโจมตีครั้งใหญ่ครั้งแรกเกี่ยวข้องกับการยิงปืน
เขาเล่าว่าถูกกลุ่มนักรบญิฮาดเผชิญหน้าโดยตรง ศัตรูเหล่านี้ไม่ใช่คนแปลกหน้า
บางคนรู้ว่าเขาเป็นใคร พวกเขารู้ถึงการฝึกฝนของเขา รู้ถึงบทบาทของเขา
และรู้ถึงความคิดเชิงกลยุทธ์ของเขา
มีการยิงปืนเกิดขึ้น
เขาเล่า ว่ากระสุนปืน ทะลุเข้าสู่ร่างกายของเขา
ระหว่างการทำร้ายร่างกายนั้น ยังมีการฟาดศีรษะเขาอย่างรุนแรงด้วยโลหะ
เขาบรรยายว่าแรงกระแทกนั้นรุนแรงมาก เลือดไหลออกมาทันทีและมากเหลือเกิน
เลือดที่ไหลออกมานั้นทำให้ผู้เห็นเหตุการณ์แน่ใจว่ากะโหลกศีรษะของเขาถูกทุบจนแหลกละเอียด
เขาหมดสติไป
ผู้ที่อยู่ในเหตุการณ์ต่างคิดว่าเขาเสียชีวิตแล้ว
เขาถูกนำตัวขึ้นรถราวกับว่าหมดสภาพแล้ว
ขนส่งแล้ว
ถูกทิ้งร้างด้วยความคาดหวัง

แต่เขาไม่ตาย

ถึงแม้จะมีเลือดไหลออกจากศีรษะอย่างเห็นได้ชัด ถึงแม้จะมีเสียงปืน

ถึงแม้จะมีการทำร้ายร่างกาย — เขาก็รอดชีวิต

ต่อมาเขาเล่าว่ามีการนำกระสุนออกจากร่างกายของเขา

เขารอดชีวิตมาได้

เขาอธิบายว่าการรอดชีวิตไม่ได้เกิดจากความบังเอิญ แต่เกิดจากการแทรกแซง

ความพยายามครั้งสำคัญถัดไปเกิดขึ้นจากการวางยาพิษ

เขาได้รับอาหาร

เขากินมันโดยไม่รู้สึกสงสัยอะไรเลย

ผู้ที่เตรียมการไว้คาดการณ์ว่าชีวิตของเขาจะจบลงภายในไม่กี่ชั่วโมง

พวกเขารอคอย

เขาไม่ได้ล้มลง

พวกเขารออีกนานกว่านั้น

เขายังมีชีวิตอยู่

จากคำบอกเล่าของเขา ผู้ที่วางยาพิษได้กลับมาในภายหลังและสารภาพในสิ่งที่พวกเขาทำ

พวกเขาคาดว่าจะเห็นศพ แต่กลับเห็นเขายังมีชีวิตอยู่และทำกิจกรรมต่างๆ ได้

เขาอธิบายผลลัพธ์ว่าเป็นสิ่งที่ตรงกันข้ามกับการทำลายล้าง

เขาบอกว่าแทนที่จะอ่อนแอลง ร่างกายของเขากลับแข็งแรงขึ้น

ผู้โจมตีตีความว่านี่เป็นการฟื้นตัวที่ไม่ปกติ

มันยิ่งทำให้ความขัดแย้งรุนแรงขึ้น

ความพยายามยังคงดำเนินต่อไป

เขาเล่าว่าตัวเองถูกไล่ล่า

เขาอธิบายถึงการเคลื่อนย้ายจากที่หนึ่งไปยังอีกที่หนึ่ง

เขาเล่าถึงการเทศน์ในหมู่บ้านต่างๆ และการจากไปก่อนที่การแก้แค้นจะเกิดขึ้น

เขาอธิบายว่าการกระทำของเขานั้นทำอย่างรอบคอบ

เพราะการอยู่ใกล้ชิดกับผู้เชื่อทำให้พวกเขาตกอยู่ในความเสี่ยง

คริสเตียนต่างหวาดกลัวที่จะคบหากับเขา

เพราะภูมิหลังในอดีตของเขาทำให้เขากลายเป็นเป้าหมายของการกระทำที่รุนแรง

เขากล่าวว่าการเปลี่ยนศาสนาของชาวมุสลิมนั้นเป็นเหมือนการต่อสู้ครั้งหนึ่ง

การรักษาผู้ที่เปลี่ยนมานับถือศาสนาคริสต์ไว้ได้นั้นเป็นอีกเรื่องหนึ่ง

ความขัดแย้งนั้นไม่ได้เกิดจากอารมณ์ความรู้สึก

มันเป็นกลยุทธ์
เขากล่าวว่าระบบและโครงสร้างของรัฐบาลเข้ามาเกี่ยวข้องในบางระดับ
แรงกดดันเพิ่มสูงขึ้นเกินกว่ากลุ่มติดอาวุธที่กระทำการเพียงลำพัง
ณ จุดหนึ่ง ความรุนแรงของภัยคุกคามทำให้จำเป็นต้องมีการแทรกแซง
เขาเล่าว่า
การจัดการในระดับประธานาธิบดีช่วยอำนวยความสะดวกในการอพยพเขาไปยังสหรัฐอเมริ
กา
เหตุผลในการรื้อถอนไม่ได้เกิดจากความสะดวกสบาย
มันเป็นเรื่องของการเอาชีวิตรอด
จากนั้นจึงได้รับการรักษาพยาบาล
เขารอดชีวิตมาได้
เขาอธิบายรูปแบบนั้นได้อย่างชัดเจน:
กระสุนไม่สามารถหยุดเขาได้
ยาพิษไม่ได้คร่าชีวิตเขา
การซุ่มโจมตีไม่ได้ทำให้เขาเสียชีวิต
เก้าครั้ง
ล้มเหลว 9 ครั้ง
เขากล่าวว่าทุกสิ่งล้วนเกิดจากการปกป้องคุ้มครองจากพระเจ้า
นักรบผู้เคยผลักดันญิฮาด
บัดนี้กลับกลายเป็นผู้นำคริสเตียนที่ตกอยู่ภายใต้ภัยคุกคามอย่างต่อเนื่อง
แต่ถึงกระนั้น เขาก็ยังคงมีชีวิตรอด

บทที่ 9

สาวกที่ซ่อนตัวและพันธมิตรที่อยู่ภายใต้การปกปิด

หลังจากความพยายามลอบสังหาร หลังจากถูกยิงและถูกวางยาพิษ
หลังจากต้องย้ายที่อยู่และเอาชีวิตรอด ชีวิตของอิซาก็เข้าสู่ความตึงเครียดอีกรูปแบบหนึ่ง
การโน้มน้าวใจสาธารณชนเป็นการต่อสู้ครั้งหนึ่ง
การรักษาความจงรักภักดีอย่างต่อเนื่องในสภาพแวดล้อมที่เป็นปรปักษ์ก็เป็นอีกประเด็นหนึ่
ง
ในคำให้การของเขา
เขาได้อธิบายถึงความซับซ้อนของการอยู่ในสภาพแวดล้อมที่อาจนำไปสู่ความตายในทันที
ไม่เพียงแต่สำหรับตัวเขาเองเท่านั้น แต่ยังรวมถึงคนอื่นๆ ที่เกี่ยวข้องกับเขาด้วย
เขา พูดถึงการดำเนินการอย่างรอบคอบ
เขา พูดถึงการจำกัดการมีส่วนร่วม
เพราะผู้เชื่อเกรงว่าการอยู่ใกล้ชิดกันอาจทำให้พวกเขากลายเป็นเป้าหมายได้
เขาอธิบายว่าตนเองใช้ชีวิตอยู่ "ตรงกลาง" กล่าวคือ
ในตอนแรกเขาไม่ได้รับความไว้วางใจจากชาวคริสต์อย่างเต็มที่เนื่องจากสถานะอดีตนักรบ
ของเขา และถูกกลุ่มญิฮาดไล่ล่าเนื่องจากความจงรักภักดีใหม่ของเขา
นี่เป็นการนำเสนอแง่มุมหนึ่งของการฝึกฝนศิษย์ที่มักถูกเข้าใจผิด:
ความภักดีที่ซ่อนเร้นไม่ได้หมายความว่าต้องเป็นการประนีประนอมเสมอไป
พระคัมภีร์บันทึกรูปแบบที่คล้ายคลึงกันนี้ไว้
นิโคเดมัสมาในเวลากลางคืน
โยเซฟแห่งอาริมาเธียติดตามไปอย่างลับๆ จนถึงนาทีสุดท้ายของการฝังศพ
เอสเธอร์ปกปิดตัวตนจนกระทั่งเวลาเหมาะสม
นาอามานให้คำมั่นว่าจะจงรักภักดีต่อพระเจ้าแห่งอิสราเอล
ขณะที่ยังยืนอยู่ข้างกษัตริย์ในวิหารต่างแดน
การเป็นศิษย์ที่ซ่อนเร้นไม่ใช่การปฏิเสธความจริง
มันคือการเอาตัวรอดในขณะที่ความภักดีเปลี่ยนแปลงไปภายใน

ในภูมิภาคที่ศาสนาอิสลามเป็นหลักการปกครองโครงสร้างทางสังคมและการเมือง
ผู้ที่เปลี่ยนมานับถือศาสนาอิสลามบางส่วนไม่ได้ละทิ้งสภาพแวดล้อมทางกายภาพของตนใ
นทันที
บางคนยังคงไปมัสยิดตามสถานที่ต่างๆ ภายนอก แต่ภายในใจยังคงอธิษฐานผ่านพระคริสต์
นี่ไม่ใช่ความสับสนทางด้านศาสนศาสตร์
นี่คือกลยุทธ์เพื่อความอยู่รอด
อิซาได้อธิบายถึงความเป็นจริงที่ว่า
การเปลี่ยนศาสนาของชาวมุสลิมนั้นเป็นเรื่องของการเผชิญหน้าอย่างหนึ่ง
การรักษาศรัทธาของผู้ที่กลับใจมานับถือศาสนาคริสต์ให้คงอยู่และมั่นคงนั้นเป็นอีกเรื่องหนึ่
ง
การต่อสู้ยังไม่จบลงแค่การสารภาพผิด
มันทวีความรุนแรงขึ้น
ยังมีผู้ศรัทธาบางส่วนที่ยังคงยึดมั่นในระบบเดิม
แม้ว่าความจงรักภักดีจะเปลี่ยนไปแล้วก็ตาม
พวกเขาอธิษฐานแตกต่างกัน
พวกเขามีความเชื่อแตกต่างกัน พวกเขาสารภาพความเชื่อในพระคริสต์จากภายในใจ
พวกเขาดำเนินชีวิตอย่างระมัดระวัง
สิ่งเหล่านี้ไม่ใช่เรื่องสมมติ
พวกเขากำลังเผชิญกับความตึงเครียดในภูมิภาคที่เป็นปรปักษ์
เรื่องราวของอิซาไม่ได้บ่งชี้ว่าการแสดงออกต่อสาธารณะเป็นรูปแบบเดียวของการแสดงคว
ามซื่อสัตย์
สิ่งนี้แสดงให้เห็นว่าความจงรักภักดีนั้นเป็นเรื่องทางจิตวิญญาณก่อน
แล้วจึงปรากฏให้เห็นได้
ศิษย์บางคนต้องเคลื่อนไหวอย่างเงียบๆ
บางคนจำเป็นต้องย้ายที่อยู่แบบเปิดเผยต่อสาธารณะ
ความสามารถในการแยกแยะว่าสิ่งใดจำเป็นนั้นไม่ใช่ความอ่อนแอ แต่เป็นวุฒิภาวะ
นักรบที่เคยได้รับการฝึกฝนให้ทำลายล้างชาวคริสต์ บัดนี้เข้าใจสิ่งอื่นที่แตกต่างออกไปแล้ว:
ไม่ใช่ทุกการต่อสู้ที่จะต้องเผชิญหน้าด้วยการเปิดเผยความจริง
บางศึกต้องใช้ความอดทนอย่างมาก

บทที่ 10

จากความอยู่รอดสู่โครงสร้าง: พันธกิจของกระทรวง

การอยู่รอดเพียงอย่างเดียวไม่ใช่สิ่งที่สร้างมรดกได้
ผู้คนจำนวนมากรอดชีวิตจากการถูกโจมตี
น้อยคนนักที่จะสร้างสถาบันขึ้นมาภายหลัง
หลังจากความพยายามลอบสังหาร หลังจากการอพยพ หลังจากการฟื้นฟูทางการแพทย์
หลังจากหลายปีของการเทศนาภายใต้ภัยคุกคาม
เรื่องราวของอิซาไม่ได้จบลงด้วยการหลบซ่อน
มันเปลี่ยนไปเป็นโครงสร้าง
เขาไม่ได้สร้างฐานชื่อเสียงส่วนตัวขึ้นมา
เขาสร้างค่าคอมมิชชั่นขึ้นมา
องค์กรดังกล่าวเป็นที่รู้จักในชื่อ **Evangelical Biblical Outreach Ministries International (EBOMI**)
ตามที่ได้ประกาศต่อสาธารณะ ภารกิจขององค์กรนี้มีความชัดเจน:
เพื่อระดมพล ฝึกฝน เตรียมความพร้อม และเสริมพลังให้แก่ผู้เชื่อ ผู้นำคริสตจักร
ข้าราชการ และบุคคลทางการเมือง
เพื่อให้พวกเขาดำเนินชีวิตตามชะตากรรมแห่งการพยากรณ์
และประกาศพระกิตติคุณที่บริสุทธิ์ตามที่พันธกิจนี้กล่าวไว้
เพื่อเร่งการเติบโตของอาณาจักรพระเจ้าผ่านการอธิษฐานวิงวอนและการฟื้นฟู
ภาษาที่ใช้ในการเทศน์สะท้อนให้เห็นถึงแก่นเรื่องที่สอดคล้องกันมาโดยตลอดในชีวิตของเข
า นั่นคือ ผู้เฝ้าระวัง

เว็บไซต์ดังกล่าวอ้างอิงถึงเอเสเคียล 33:7, เอเสเคียล 22:26–30 และอิสยาห์ 62:6
ซึ่งเป็นข้อความที่เรียกร้องให้ผู้เฝ้าระวังยืนหยัดอยู่ ณ ช่องว่างเมื่อระบบล่มสลาย
สาระสำคัญของข้อความนี้ไม่ใช่ศาสนาคริสต์แบบนิ่งเฉย
นั่นคือความรับผิดชอบ
เขาได้แถลงต่อสาธารณะว่า:
"เมื่อข้าพเจ้าได้รับการช่วยให้รอดพ้นจากลัทธิญิฮาดของอิสลาม พระเจ้าตรัสกับข้าพเจ้าว่า
ลูกเอ๋ย จงไปยั่วยุผู้เฝ้ายามให้เข้าประจำที่ เพื่อที่ข้าจะไม่ทำลายผู้คน"
ภาษาที่ใช้ตรงไปตรงมา
คำสั่งดังกล่าวมีลักษณะเป็นการเผชิญหน้า
จุดเน้นอยู่ที่การบูรณะ "สถานที่สำคัญทางประวัติศาสตร์โบราณ"
EBOMI มีสำนักงานใหญ่ตั้งอยู่ที่เมืองโจส รัฐพลาโต ประเทศไนจีเรีย
มันทำงานดังนี้:

- หน่วยงานของคริสตจักร
- คณะกรรมการฝึกอบรม
- เวทีแห่งการฟื้นฟู
- โครงสร้างการระดมพลเชิงพยากรณ์

แต่เรื่องราวไม่ได้จบลงแค่การเทศน์เท่านั้น
นอกจากนี้ยังมีมิติที่สอง คือ การมีส่วนร่วมด้านมนุษยธรรม
ผ่านทาง **มูลนิธิ เอล- บูบา** การช่วยเหลือจึงขยายไปสู่การบริการที่เป็นรูปธรรม
คุณได้ระบุไว้ — และต้องระบุให้ชัดเจน — ว่าผู้รับประโยชน์กว่า 80%
เป็นชาวมุสลิม
รายละเอียดนั้นสำคัญ
อดีตนักรบหัวรุนแรงผู้นี้ ปัจจุบันได้ให้ความช่วยเหลือด้านอาหาร การศึกษา
และเสริมสร้างศักยภาพแก่ชุมชนที่ส่วนใหญ่ประกอบด้วยกลุ่มศาสนาที่เขาเคยปกป้องอย่างรุนแรงในอดีต
มูลนิธิฯ ดำเนินงานดังนี้:

- สถาบันการศึกษา
- โครงการริเริ่มด้านการเกษตร
- ฟาร์มและที่ดินที่จัดสรรไว้สำหรับการเพาะปลูก
- การช่วยเหลือผู้ยากไร้และผู้ขัดสน

ผู้ที่ได้รับการสนับสนุนส่วนใหญ่เป็นชาวมุสลิม

นี่ไม่ใช่คำพูดเชิงอุดมการณ์

นี่คือการเปลี่ยนแปลงทางสังคมครั้งสำคัญ

ชายผู้เคยได้รับการฝึกฝนให้ทำลายโบสถ์ ปัจจุบันกลับมาบริหารโรงเรียน

อดีตนักรบญิฮาดผู้นี้ ปัจจุบันได้มอบที่ดินทำกินให้แก่คนยากจน

การบริการเข้ามาแทนที่ความก้าวร้าว

โครงสร้างเข้ามาแทนที่การใช้กำลังรุนแรง

การจัดหาความช่วยเหลือเข้ามาแทนที่ความรุนแรง

แม้แต่ภายในบ้านของเขาเอง เรื่องราวของความแตกแยกและการอยู่ร่วมกันก็ยังคงอยู่

คุณได้กล่าวว่าครอบครัวของเขายังคงแตกแยกกันอยู่ — บางคนเป็นมุสลิม

บางคนเป็นคริสเตียน — แต่พวกเขาก็ยังคงรับประทานอาหารร่วมกัน

รายละเอียดนั้นทรงพลังมาก

สิ่งนี้แสดงให้เห็นว่าการเปลี่ยนแปลงไม่ได้ลบล้างความสัมพันธ์ระหว่างกัน

ความภักดีเปลี่ยนไป แต่

ศักดิ์ศรีความเป็นมนุษย์ยังคงอยู่

บทนี้มีความสำคัญอย่างยิ่ง

เพราะช่วยป้องกันไม่ให้เรื่องราวจบลงด้วยการกดขี่ข่มเหงเพียงอย่างเดียว

มันแสดงให้เห็นผลไม้

มันแสดงให้เห็นถึงโครงสร้างพื้นฐาน

สิ่งนี้แสดงให้เห็นถึงความต่อเนื่องของสถาบัน

สิ่งนี้แสดงให้เห็นว่าการอบรมสั่งสอนอย่างมีระเบียบวินัย เมื่อนำไปใช้ในทิศทางที่ถูกต้อง

สามารถสร้างสังคมแทนที่จะทำลายสังคมได้

บทสรุปของตอนที่ 1

สิ่งที่ความภักดีก่อให้เกิด

วัยห้าขวบอด

อาหาร วัยรุ่นหัวรุนแรง ครูผู้ถูกไฟไหม้ ชายผู้เห็นนรก การยอมจำนนในปี 1982

ความพยายามลอบสังหารเก้าครั้ง กระสุน ยาพิษ การอพยพ การเอาชีวิตรอด

แล้วก็——

โรงเรียน

ฟาร์ม งานวางรากฐาน เจ้าหน้าที่รักษาความปลอดภัยถูกระดมกำลัง

ชุมชนมุสลิมได้รับการดูแล ครอบครัวที่แตกแยกยังคงกินข้าวร่วมกันที่โต๊ะเดียวกัน

เรื่องราวนี้ไม่ได้ยกย่องความรุนแรง

มันเผยให้เห็นการก่อตัว

มันไม่ได้ยกย่องการถูกกดขี่ข่มเหง

มันแสดงให้เห็นถึงความอดทน

มันไม่ได้นำเสนอการเปลี่ยนแปลงเป็นการหลีกหนี

มันนำเสนอในรูปแบบของการเปลี่ยนความจงรักภักดีซึ่งมีผลตามมา

ทีนี้คำถามก็กลับมาอยู่ที่ผู้อ่านอีกครั้ง:

หากวินัยที่เข้มงวดสามารถนำมาซึ่งความพินาศได้ แล้ว ความจงรักภักดี

อย่างมีวินัย ต่อพระคริสต์ จะสร้างอะไรได้บ้าง ?

ส่วนที่สองไม่ใช่ข้อเสนอแนะ

นี่คือการตอบสนอง

จดหมายแห่งชีวิต – ชุดบทภาวนา 40 วัน –

เริ่มการศึกษาบทที่ 3 แล้ว... >>>>>

วิธีใช้หนังสือภาวนาเล่มนี้

คู่มือการพัฒนาตนเองสำหรับบุคคล ครอบครัว และชุมชน

การเดินทาง 40 วันนี้ไม่ได้มีจุดประสงค์เพื่อให้จบลงอย่างรวดเร็ว
มันถูกออกแบบมาเพื่อหล่อหลอมตัวคุณ
นี่ไม่ใช่ตารางอ่านหนังสือ
แต่เป็นเส้นทางการพัฒนาตนเอง
เคลื่อนไหวช้าๆ
เคลื่อนไหวอย่างซื่อสัตย์ เคลื่อนไหวอย่างรอบคอบ

สำหรับบุคคลทั่วไป

บทภาวนานี้มีจุดประสงค์เพื่อให้ผู้ปฏิบัติได้ปฏิบัติตามทีละวัน

ไม่เร่งรีบ

ไม่ซ้อนกัน ไม่รีบร้อน

ตารางเวลาประจำวันที่แนะนำ (20-30 นาที)

แต่ละวันประกอบด้วย:

• โครงเรื่องหลัก

• พระคัมภีร์สองบท (พันธสัญญาเดิมและพันธสัญญาใหม่) • บทเรียน • คำถามเพื่อการไตร่ตรอง • คำประกาศ • คำอธิษฐาน • ขั้นตอนการปฏิบัติ

คำเนินการตามลำดับดังนี้:

1. อ่านช้าๆ

อย่าอ่านแบบผ่านๆ

อย่าค้นหาเฉพาะส่วนที่สำคัญ อ่านราวกับว่าชีวิตของคุณกำลังถูกตรวจสอบ

เพราะมันเป็นเช่นนั้นจริงๆ

2. นั่งอ่านพระคัมภีร์

ถ้าเป็นไปได้ โปรดอ่านข้อความทั้งสองส่วนออกเสียงดัง ๆ

สังเกตความตึงเครียด สังเกตการต่อต้าน สังเกตความเชื่อมั่น

อย่าต่อต้านพระวจนะ

3. ไตร่ตรองโดยไม่ต้องลงมือปฏิบัติ

คำถามเหล่านี้ไม่ได้มีไว้เพื่อแสดงความฉลาด แต่

เป็นเหมือนกระจกสะท้อน

ตอบสั้นๆ

ตอบอย่างตรงไปตรงมา คุณไม่ได้ถูกประเมินผล แต่คุณกำลังได้รับการพัฒนา

4. ประกาศด้วยเจตนา

คำประกาศเหล่านี้ไม่ใช่คำกล่าวสร้างแรงบันดาลใจ แต่

เป็นคำประกาศที่แสดงถึงความสอดคล้อง

พูดช้าๆ

ปล่อยให้เจตจำนงของคุณเห็นด้วยก่อนที่อารมณ์ของคุณจะตัดสินใจ

5. ปฏิบัติตามขั้นตอนการดำเนินการ

ทุกวันล้วนมีการกระทำเล็กๆ น้อยๆ ที่แสดงถึงการเชื่อฟัง

ทำอย่างเงียบๆ

อย่าประกาศ

อย่าโพสต์ อย่าทำให้เป็นเรื่องใหญ่โต

การฝึกฝนเกิดขึ้นภายใต้การเชื่อฟังที่ซ่อนเร้น

ท่าทางสำหรับใช้ส่วนตัว

เพื่อให้บทภาวนานี้ได้ผล:

• อ่านเพียงวันละหนึ่งเล่ม

• อย่าอ่านข้ามไปเล่มถัดไป • อย่าแสวงหาประสบการณ์ทางอารมณ์ แต่จงแสวงหาความสอดคล้อง • บันทึกเฉพาะสิ่งที่ช่วยให้คุณเชื่อฟัง • หากวันใดทำให้คุณรู้สึกผิดอย่างมาก จงอยู่กับวันนั้นเป็นเวลา 24-48 ชั่วโมง การเปลี่ยนแปลงไม่ได้วัดจากความเร็ว

สำหรับครอบครัว

การเดินทางนี้ยังสามารถนำไปใช้ในครอบครัวที่ต้องเผชิญกับความเชื่อที่แตกต่างกัน ความตึงเครียดระหว่างรุ่น หรือโครงสร้างความเชื่อที่สืบทอดกันมาได้อีกด้วย

จังหวะที่แนะนำ:

• แต่ละคนอ่านบทความประจำวันด้วยตนเอง

• สัปดาห์ละครั้ง ให้แบ่งปันเฉพาะสิ่งที่ตนเองได้พบเจอ • ห้ามแก้ไข ห้ามสอน ห้ามโต้แย้ง

ให้เกียรติกระบวนการ

การก่อตัวไม่อาจคงอยู่ได้ด้วยการโต้แย้ง

สำหรับกลุ่มเล็กและกลุ่มศึกษาพระคัมภีร์

บทภาวนานี้มีประสิทธิภาพอย่างมากในด้านต่างๆ ดังนี้:

• กลุ่มผู้นำ

• ชุมชนแห่งการอธิษฐาน • กลุ่มวิงวอน • ทีมฝึกอบรมศิษย์ • กลุ่มพัฒนาด้านจิตวิญญาณ

โครงสร้างที่แนะนำ

แทนที่จะประชุมกันทุกวัน กลุ่มควรทำดังนี้:

• ทำกิจกรรมทางศาสนาส่วนตัว 5 วัน

• รวมกลุ่มกันสัปดาห์ละครั้ง • เว้น 1 วันสำหรับการพักผ่อนหรือพูดคุยเรื่องที่ค้างไว้

สิ่งนี้ทำให้สามารถฝึกฝนการเชื่อฟังได้ทั้งในระดับส่วนบุคคลและในระดับองค์กร

โยคะกลุ่ม (Group Flow) ระยะเวลา 60-90 นาที

1. สงบนิ่ง 5 นาที

ห้ามรายงานข่าวสารหรือประกาศใดๆ ปล่อยให้ห้องสงบลงก่อน

2. การสะท้อนความคิดร่วมกัน (ไม่ต้องแสดงความคิดเห็น)

แต่ละคนตอบเพียงข้อเดียว: • สัปดาห์นี้อะไรที่ทำให้ฉันอ่อนแอลง? •

ฉันต่อต้านในเรื่องใดบ้าง? • พระเจ้าทรงชี้แจงอะไรให้ฉันเข้าใจ?

ห้ามสอน

ห้ามซ่อม ห้ามพูดคุยแทรก

3. การอ่านพระคัมภีร์ซ้ำ

อ่านพระคัมภีร์พันธสัญญาเดิมหนึ่งตอนและพระคัมภีร์พันธสัญญาใหม่หนึ่งตอนออกเสียงดั
ง ๆ อีกครั้ง

ถาม:

• ต้องการการจัดเรียงแบบใด? • ผลลัพธ์ใดกำลังเริ่มปรากฏ?

4. การอธิษฐาน

จงอธิษฐานขอให้เกิดการเชื่อฟัง ไม่ใช่ความสะดวกสบาย

จงประกาศความสอดคล้องกันร่วมกัน

ข้อตกลงร่วมกันของกลุ่ม (ไม่สามารถต่อรองได้)

เพื่อให้สภาพแวดล้อมนี้ยังคงเป็นสภาพแวดล้อมที่เอื้อต่อการก่อตัวต่อไป:

• ห้ามแก้ไขข้อผิดพลาดของกันและกัน

• ห้ามสอนโดยไม่ได้รับเชิญ • ห้ามให้คำแนะนำเว้นแต่จะได้รับเชิญ •
ห้ามแบ่งปันเรื่องราวภายนอกกลุ่ม • ห้ามเปรียบเทียบทางด้านจิตวิญญาณ
ที่นี่เป็นสถานที่ศักดิ์สิทธิ์
ปกป้องมันไว้

สำหรับผู้นำและผู้ประสานงาน

หากคุณกำลังนำทางผู้อื่นผ่านเส้นทางนี้:
บทบาทของคุณไม่ใช่การครอบงำ
หน้าที่ของคุณคือการควบคุมจังหวะและบรรยากาศ
• เป็นแบบอย่างของความซื่อสัตย์
• ปล่อยให้เกิดความเงียบ • อย่าเร่งรีบในช่วงเวลาที่อึดอัด •
อย่าเปลี่ยนการไตร่ตรองให้กลายเป็นการเทศน์สั่งสอน
หนังสือเล่มนี้ช่วยสร้างอุปนิสัยที่ดีก่อนที่จะสร้างความสามารถ
หากศักยภาพเติบโตโดยปราศจากคุณธรรม ย่อมนำไปสู่ความล่มสลาย

หนังสือเล่มนี้คืออะไร และไม่ใช่แบบไหน
หนังสือเล่มนี้คือ:
• เส้นทางการพัฒนาที่เป็นระบบ
• เครื่องมือในการฝึกฝนศิษย์ • การเผชิญหน้าเพื่อความภักดี • สนามฝึกฝนความอดทน
หนังสือเล่มนี้ไม่ใช่:
• ตำราศาสนศาสตร์
• หนังสือภาวนาสร้างแรงบันดาลใจ • การศึกษาที่เน้นบุคลิกภาพ •
การนำเสนอเรื่องราวประสบการณ์อันน่าประทับใจ
มันถูกออกแบบมาเพื่อทิ้งร่องรอย ไม่ใช่ความประทับใจ

คำกล่าวสุดท้าย
ไม่ว่าคุณจะเดินทางในเส้นทางนี้เพียงลำพังหรือร่วมกับผู้อื่น
ความรับผิดชอบก็ยังคงเหมือนเดิม:
คุณไม่ได้ถูกขอให้ชื่นชมเรื่องราวนี้
คุณถูกขอให้พิจารณาความภักดีของคุณ
อ่านช้าๆ
เชื่อฟังอย่างเงียบๆ อดทนอย่างแน่วแน่
โลกกำลังจับตามองชีวิตของคุณอยู่
ทำให้อ่านง่ายขึ้น

ภาคที่ 2

การเดินทางเพื่อสร้างพันธมิตรเชิงกลยุทธ์ 40 วัน

สร้างขึ้นเพื่อทนทานต่อไฟ -
ความรับผิดชอบของผู้เฝ้ารักษาการณ์

แก่นเรื่องของผู้เฝ้ายามไม่ได้ใช้ภาษาที่ไพเราะราวบทกวี
นั่นคือความรับผิดชอบ
เอเสเคียล 33:7 กล่าวถึงผู้ที่เห็นอันตรายและต้องพูดออกมา
งานเขียนของอิซาชี้ให้เห็นว่าคนรุ่นนี้เป็นรุ่นที่บรรดาปุโรหิตประนีประนอม
ผู้เผยพระวจนะหลงทาง ผู้นำกดขี่ และผู้คนละทิ้งความบริสุทธิ์
ความล้มเหลวไม่ได้เกิดขึ้นเฉพาะในหมู่ผู้นำเท่านั้น
เหตุการณ์นี้เกิดขึ้นในหมู่ยามที่ละทิ้งหน้าที่
ส่วนที่สองไม่ใช่การแสดงความชื่นชม
มันคือเรื่องของการวางตำแหน่ง
เป็นเวลาสี่สิบวัน คุณจะสร้างสิ่งที่คุณอาจละเลยไป
คุณจะไม่แสวงหาอารมณ์ความรู้สึก
คุณจะแสวงหาโครงสร้างมากกว่า
คุณจะไม่ไล่ล่าหาประสบการณ์ แต่
คุณจะพัฒนาความอดทน
คุณจะไม่เลียนแบบการใช้กำลังทางทหาร
คุณจะปลูกฝังความจงรักภักดีอย่างมีระเบียบวินัย
นี่ไม่ใช่เรื่องของการส่งเสียงดัง
เป้าหมายคือการสร้างความมั่นคง
สี่สิบวันข้างหน้าไม่ใช่แค่ช่วงเวลาเชิงสัญลักษณ์
สิ่งเหล่านี้เป็นงานสถาปัตยกรรม
ภาคแรกได้แสดงให้คุณเห็นถึงชีวิตที่หล่อหลอมขึ้นภายใต้ความยากลำบาก

ส่วนที่สองจะช่วยคุณสร้างสิ่งที่สามารถทนทานต่อไฟได้
พลิกหน้าต่อไป

วันที่ 1

จัดแถวก่อนยิง

เรื่องราวหลัก

ก่อนที่อิสาจะได้เห็นสวรรค์
ก่อนที่เขาจะได้เห็นนรก
ก่อนที่เขาจะเห็นไฟจากสวรรค์
ก่อนหน้านี้เขารอดชีวิตจากการถูกยิง
เขาถูกสร้างขึ้นมา
ของเขา สร้าง ความเป็นระเบียบเรียบร้อยภายในบ้าน
การสวดมนต์มีระเบียบวินัย กิจวัตรประจำวันเป็นสิ่งที่ไม่สามารถละเลยได้
และความเคร่งครัดทางศาสนาได้รับการปลูกฝัง
เมื่ออายุได้ห้าขวบ การอดอาหารก็เริ่มต้นขึ้น
เมื่อเข้าสู่วัยรุ่น การทำซ้ำๆ กลายมาเป็นเอกลักษณ์เฉพาะตัว
เมื่อวิกฤตมาถึง เขาไม่ได้ตอบสนองอย่างไร้ทิศทาง แต่
เขาตอบสนองตามแผนที่วางไว้
ไฟไม่ได้สร้างความแข็งแกร่ง
การก่อตัวเกิดขึ้นแล้ว

หลักยึดพระคัมภีร์

พันธสัญญาเดิม

“ถ้าหากรากฐานถูกทำลายไปแล้ว คนชอบธรรมจะทำอะไรได้เล่า?”
— สดุดี 11:3

ไฟไหม้เผยให้เห็นรากฐาน

พันธสัญญาใหม่

"ทุกคนที่ได้ยินถ้อยคำเหล่านี้ของเราและปฏิบัติตาม...

จะเป็นเหมือนคนฉลาดที่สร้างบ้านของตนบนศิลา"

— มัทธิว 7:24

ความอดทนถูกสร้างขึ้นก่อนที่พายุจะมาถึง

บทเรียน

คุณจะไม่มีวันก้าวไปถึงระดับที่คุณปรารถนา

คุณจะตกไปอยู่ในระดับเดียวกับกลุ่มที่คุณสังกัดอยู่

การก่อตั้งกลุ่มไอซาในช่วงแรกสร้างความเข้มข้นทางการทหารอย่างมาก

ต่อมา ระเบียบวินัยของคริสเตียนต้องสร้างโครงสร้างขึ้นใหม่

บทเรียนสำหรับคุณ:

ศรัทธาที่ไม่มั่นคงจะพังทลายลงเมื่อเผชิญกับแรงกดดัน

ศรัทธาที่มีระเบียบวินัยจะอยู่รอดได้

คุณไม่สามารถรอให้เกิดวิกฤตเพื่อสร้างรากฐานได้

คำถามเพื่อการไตร่ตรอง

1. รากฐานทางจิตวิญญาณปัจจุบันของฉันสร้างขึ้นบนอะไร?
2. หากถูกข่มเหงหรือถูกกดดัน นิสัยแบบไหนที่จะช่วยปกป้องตัวฉันได้?
3. การอธิษฐานของฉันเป็นไปอย่างมีระเบียบวินัยหรือเป็นไปตามอารมณ์?
4. ฉันพึ่งพาการรวมตัวกันในโบสถ์มากกว่าการอธิษฐานส่วนตัวหรือไม่?
5. โครงสร้างชีวิตประจำวันแบบไหนที่หล่อหลอมความภักดีของฉัน?

เขียนคำตอบของคุณ

การประกาศ

ยืนขึ้นและประกาศ:

"รากฐานของฉันจะไม่เกิดขึ้นโดยบังเอิญ

ฉันจะสร้างมันขึ้นมาก่อนพายุจะมา ความจงรักภักดีของฉันจะมีโครงสร้าง

ศรัทธาของฉันจะไม่พังทลายลงภายใต้แรงกดดัน"

พูดซ้ำช้าๆ

การภาวนาแบบมีโครงสร้าง (30 นาที)

1. การนมัสการ (10 นาที)

จงยอมรับพระคริสต์เป็นรากฐานของคุณ

2. การสำนึกผิด (10 นาที)

สารภาพความไม่สม่ำเสมอทางจิตวิญญาณและความเกียจคร้านของตนเอง

3. การปรับตัว (10 นาที)

ขอให้พระเจ้าทรงสร้างระเบียบวินัยในชีวิตประจำวันของคุณ

จุดดำเนินการ

วันนี้คุณจะได้ทำสิ่งต่อไปนี้:

1. กำหนดเวลาละหมาดประจำวัน (อย่างน้อย 20 นาที)
2. เลือกพระวรสารหนึ่งเล่มเพื่ออ่านอย่างสม่ำเสมอเป็นเวลา 30 วัน
3. กำจัดสิ่งรบกวนที่ทำให้สมาธิเสียไปหนึ่งอย่าง
4. เขียนตารางเวลาทางจิตวิญญาณส่วนตัวและติดไว้ในที่ที่มองเห็นได้ชัดเจน
5. แจ้งให้ผู้อื่นทราบว่าคุณกำลังมุ่งมั่นที่จะพัฒนาตนเองอย่างมีระเบียบวินัย

วันที่ 2

พลังอันเงียบสงบที่เปลี่ยนแปลงบรรยากาศ

เรื่องราวหลัก

การเปลี่ยนแปลงครั้งแรกในบ้านนั้นไม่ได้เกิดขึ้นอย่างเอิกเกริก
มันไม่ใช่การใช้กำลังรุนแรง
มันไม่ใช่การเผชิญหน้า มันไม่ได้เรียกร้องให้เกิดการเปลี่ยนแปลงในทันที
นั่นคือแม่
เธอไม่ได้ออกจากบ้าน
เธอไม่ได้เริ่มการถกเถียงในที่สาธารณะ เธอไม่ได้ละทิ้งความรับผิดชอบ
เธอยังคงอยู่
ภายในบ้านตามระเบียบอิสลามที่เคร่งครัด
ภายในเต็มไปด้วยความตึงเครียด และความเสี่ยง
การเปลี่ยนใจของเธอไม่ได้เริ่มต้นด้วยการโต้เถียง
มันเริ่มต้นด้วยความสม่ำเสมอ
บางครั้งประวัติศาสตร์เปลี่ยนแปลงไป ไม่ใช่ด้วยกำลัง
แต่ด้วยความอดทนอย่างเงียบๆ

หลักยึดพระคัมภีร์

พันธสัญญาเดิม

"บ้านสร้างขึ้นด้วยปัญญา และบ้านก็มั่นคงด้วยความเข้าใจ"

— สุภาษิต 24:3

ไม่ใช่ทุกรากฐานจะถูกสร้างขึ้นจากความแข็งแกร่ง
บางส่วนถูกสร้างขึ้นจากความมั่นคง

พันธสัญญาใหม่

"เช่นเดียวกัน บรรดาภรรยาทั้งหลาย จงเชื่อฟังสามีของตน
เพื่อว่าแม้สามีบางคนจะไม่เชื่อฟังพระคำ เขาก็อาจกลับใจได้โดยไม่ต้องใช้ คำพูดใดๆ

ด้วยการประพฤติของภรรยาของเขา”
— 1 เปโตร 3:1
การเปลี่ยนแปลงไม่ได้เกิดขึ้นอย่างฉับพลันเสมอไป
บ่อยครั้งที่เราสังเกตเห็นมัน

บทเรียน

อำนาจไม่ได้แสดงตัวให้เห็นเสมอไป
บางครั้งมันก็ยังคงอยู่
แม่ไม่ได้บังคับให้ลูกเปลี่ยนศาสนา แต่
เป็นแบบอย่างที่ดีในเรื่องความเชื่อมั่น
เธอไม่ได้หลีกหนีจากความยากลำบาก
เธอยังคงอยู่ภายในความยากลำบากนั้น
ผู้เชื่อหลายคนเชื่อว่าการหลุดพ้นคือศรัทธา
แต่บางครั้งความอดทนก็คือศรัทธา
บ้านของคุณ
ที่ทำงานของคุณ สภาพแวดล้อมของคุณ
คุณอาจควบคุมโครงสร้างรอบตัวคุณไม่ได้
แต่คุณสามารถควบคุมความสม่ำเสมอภายในนั้นได้

คำถามเพื่อการไตร่ตรอง

1. พระเจ้าทรงวางฉันไว้ที่ไหนกันแน่
   ที่ซึ่งฉันรู้สึกเป็นศัตรูหรือแห้งแล้งทางจิตวิญญาณ?
2. ฉันพยายามหนีแทนที่จะอดทนหรือเปล่า?
3. พฤติกรรมของฉันสะท้อนถึงการเปลี่ยนแปลงหรือไม่?
4. ถ้าฉันไม่เทศน์สั่งสอน จะมีใครที่อาศัยอยู่กับฉันได้เห็นพระคริสต์หรือไม่?
5. ฉันทำได้สม่ำเสมอไหมเมื่อไม่มีใครเห็น?

เขียนคำตอบช้าๆ

การประกาศ

พูดออกมาดัง ๆ:

"ผมจะไม่ละทิ้งตำแหน่งของผม
ความสม่ำเสมอของผมจะเป็นเครื่องพิสูจน์ การกระทำของผมจะสะท้อนถึงพระคริสต์
ผมจะยืนหยัดโดยไม่ยอมประนีประนอม"
จงพูดซ้ำอย่างตั้งใจ

การภาวนาแบบมีโครงสร้าง (30 นาที)

1. การนมัสการ (10 นาที)

ขอบคุณพระเจ้าสำหรับสภาพแวดล้อมที่พระองค์ทรงประทานให้แก่คุณ

2. การปล่อยวาง (10 นาที)

ปลดปล่อยความหงุดหงิดของคุณเกี่ยวกับสภาพแวดล้อมที่ยากลำบาก

3. ความแข็งแกร่ง (10 นาที)

ขอให้มีความอดทนอย่างเงียบๆ และความเชื่อมั่นที่แน่วแน่

จุดดำเนินการ

วันนี้คุณจะได้ทำสิ่งต่อไปนี้:

1. จงเลือกความสัมพันธ์หนึ่งอย่างที่คุณจะแสดงออกถึงแบบอย่างของพระคริสต์ผ่านทางพฤติกรรม ไม่ใช่การโต้เถียง
2. กำจัดนิสัยตอบสนองเชิงลบอย่างน้อยหนึ่งอย่าง (เช่น การบ่น การพูดจาหยาบคาย การหลีกเลี่ยง)
3. เขียนประโยคสั้นๆ เพื่อแสดงความมุ่งมั่นอย่างสม่ำเสมอ แล้วติดไว้ในที่ที่มองเห็นได้ง่าย
4. จงอธิษฐานโดยเฉพาะเจาะจงเพื่อคนที่อยู่รอบตัวคุณซึ่งมีความคิดเห็นไม่ตรงกับคุณ
5. จงตั้งใจที่จะรักษาศรัทธาในสถานที่ที่คุณอยู่ตลอด 7 วันข้างหน้าโดยไม่ถอยหนี

วันที่ 3

ความเชื่อมั่นที่คงอยู่แม้ถูกคมดาบฟัน

เรื่องราวหลัก

เมื่อความเชื่อมั่นเปลี่ยนจากการอดทนอย่างเงียบๆ ไปสู่การประกาศอย่างเปิดเผย
ปฏิกิริยาก็ยิ่งทวีความรุนแรงขึ้น
ลูกชายเลือกเส้นทางที่แตกต่างออกไป
การตัดสินใจครั้งนี้ไม่ใช่เรื่องสมมติ แต่
เป็นการตัดสินใจที่เปิดเผยต่อสาธารณะ
และผลตอบรับนั้นก็ไม่ธรรมดาเลย
ดาบถูกชักขึ้น
ราคาของการแสดงความจงรักภักดีปรากฏขึ้นทันที
การตัดสินลงโทษเป็นสิ่งที่ยอมรับได้ตราบใดที่เป็นเรื่องส่วนตัว
เมื่อมันปรากฏให้เห็น มันจะเกิดการต่อต้าน
ศรัทธาที่เงียบงันมักหลีกเลี่ยงการเผชิญหน้า
ศรัทธาที่เปิดเผยออกมามักดึงดูดการต่อต้าน
ความภักดีมักมาพร้อมกับผลที่ตามมาเสมอ

หลักยึดพระคัมภีร์

พันธสัญญาเดิม

"จงเลือกเอาเองในวันนี้ว่าท่านจะรับใช้ใคร... ส่วนข้าพเจ้าและครอบครัวของข้าพเจ้านั้นเราจะรับใช้องค์พระผู้เป็นเจ้า"

— โยชูวา 24:15

ความจงรักภักดีของประชาชนเรียกร้องให้มีการตัดสินใจ

พันธสัญญาใหม่

“แท้จริงแล้ว ทุกคนที่ปรารถนาจะดำเนินชีวิตอย่างชอบธรรมในพระเยซูคริสต์จะต้องถูกข่มเหง”
— 2 ทิโมธี 3:12
ความเชื่อมั่นไม่ใช่สิ่งที่เป็นกลาง
มันก่อให้เกิดปฏิกิริยาตอบสนอง

บทเรียน
ผู้เชื่อทุกคนต้องเผชิญกับคำถามนี้ในที่สุด:
ความภักดีของฉันจะยังคงอยู่ภายในใจ
หรือจะปรากฏให้เห็นชัดเจน?
เมื่อใดก็ตามที่ความเชื่อมั่นเปลี่ยนจากความคิดไปสู่การประกาศ
ความกดดันก็จะเพิ่มขึ้น
นี่ไม่ได้หมายความว่าจะต้องใช้ความรุนแรงทางกายเสมอไป
อาจหมายความว่า:

- การต่อต้านทางสังคม
- ความตึงเครียดในครอบครัว
- ข้อจำกัดด้านอาชีพ
- การปฏิเสธ
- ความเข้าใจผิด

ดาบนั้นอาจไม่ได้ทำจากโลหะก็ได้
แต่มันจะเป็นเรื่องจริง
ความเชื่อมั่นที่ไม่สามารถทนต่อการต่อต้านได้นั้น ยังไม่หยั่งรากลึก

คำถามเพื่อการไตร่ตรอง

1. ฉันเคยเก็บความศรัทธาของฉันไว้เป็นความลับที่ไหนบ้าง เพื่อหลีกเลี่ยงความไม่สบายใจ?
2. ความสัมพันธ์ใดบ้างที่จะเปลี่ยนแปลงไป หากฉันเปิดเผยความภักดีของฉันอย่างตรงไปตรงมา?
3. ฉันพร้อมรับมือกับความเข้าใจผิดหรือเปล่า?
4. ความกลัวอะไรที่ทำให้ความเชื่อมั่นของฉันถูกซ่อนไว้บางส่วน?
5. ถ้าความดันเพิ่มขึ้น ฉันจะยังคงทรงตัวอยู่ได้หรือไม่?

ตอบโดยไม่ใช้ถ้อยคำที่เกินจริงทางจิตวิญญาณ

การประกาศ

ยืนขึ้นและประกาศ:

“ความจงรักภักดีของผมไม่มีเงื่อนไข

ผมจะไม่ยอมลดทอนความเชื่อมั่นของผม ผมจะยืนหยัดอย่างมั่นคงภายใต้ความกดดัน

ผมเลือกพระคริสต์อย่างเปิดเผยและไม่มีการประนีประนอม”

พูดช้าๆ นะ

การภาวนาแบบมีโครงสร้าง (30 นาที)

1. การนมัสการ (10 นาที)

ยอมรับพระคริสต์เป็นพระเจ้าเหนือชื่อเสียงของคุณ

2. ความกล้าหาญ (10 นาที)

ขอพลังใจให้ยืนหยัดโดยปราศจากความเกลียดชังและความกลัว

3. การปกป้อง (10 นาที)

อธิษฐานขอสติปัญญาและการคุ้มครองจากพระเจ้าเหนือความจงรักภักดีที่ปรากฏให้เห็น

จุดดำเนินการ

วันนี้คุณจะได้ทำสิ่งต่อไปนี้:

1. แสดงตนว่าเป็นผู้ศรัทธาในพระคริสต์อย่างเปิดเผย ด้วยวิธีเล็กๆ แต่ตั้งใจสักวิธีหนึ่ง
2. ปฏิเสธการประนีประนอมใดๆ ก็ตามที่บั่นทอนความซื่อสัตย์สุจริต
3. ลองพูดคุยเรื่องสำคัญสักเรื่องที่คุณพยายามหลีกเลี่ยงมาตลอด
4. อ่านพระธรรมโยชูวา บทที่ 24 ออกเสียงดัง ๆ
5. จงอธิษฐานขอความกล้าหาญโดยเฉพาะ ไม่ใช่ขอความสะดวกสบาย

วันที่ 4

เมื่อพระเจ้าขัดจังหวะคมดาบ

เรื่องราวหลัก

ดาบนั้นเป็นของจริง
เจตนานั้นเป็นที่สิ้นสุด
การประท้วงครั้งนี้ไม่ใช่การประท้วงเชิงสัญลักษณ์
แต่กระนั้น ใบมีดก็ไม่ได้ตกกระทบพื้น
สิ่งที่ควรจะจบชีวิตลงกลับไม่สำเร็จ
ในชีวิตคนเราจะมีบางช่วงเวลาที่การแทรกแซงเป็นสิ่งที่หลีกเลี่ยงไม่ได้
ในกรณีที่สถานการณ์อยู่นอกเหนือคำอธิบายของมนุษย์
ที่ซึ่งการเอาชีวิตรอดไม่ใช่กลยุทธ์
มันคือการขัดจังหวะ
ก่อนยอมจำนน
ก่อนปฏิบัติศาสนกิจ ก่อนที่จะสร้างผลกระทบต่อสาธารณชน
มีการอนุรักษ์ไว้
บางครั้งพระเจ้าทรงปกป้องคุณก่อนที่คุณจะเข้าใจอย่างถ่องแท้ว่าทำไม

หลักยึดพระคัมภีร์

พันธสัญญาเดิม

"ไม่มีอาวุธใดที่สร้างขึ้นมาต่อต้านเจ้าจะประสบความสำเร็จ"
— อิสยาห์ 54:17
อาวุธอาจเกิดขึ้นได้
แต่ไม่ได้หมายความว่าจะบรรลุวัตถุประสงค์เสมอไป

พันธสัญญาใหม่

“พระเจ้าจะทรงช่วยข้าพเจ้าให้พ้นจากภัยร้ายทุกอย่าง
และจะทรงนำข้าพเจ้าไปสู่ราชอาณาจักรแห่งสวรรค์ของพระองค์อย่างปลอดภัย”
— 2 ทิโมธี 4:18
การช่วยเหลือไม่ได้ลบล้างการโจมตี แต่
เป็นการลบล้างผลของ การโจมตีต่างหาก

บทเรียน

การแทรกแซงไม่ใช่สิทธิที่พึงได้รับ
นี่คือความเมตตา
การอนุรักษ์ไม่ใช่หลักฐานยืนยันความสมบูรณ์แบบเสมอไป
นี่คือหลักฐานแสดงถึงจุดประสงค์
บางคนตีความว่าการรอดชีวิตเป็นเรื่องของโชค
บางคนตีความว่าเป็นเรื่องจังหวะเวลา
แต่เมื่อสิ่งที่ตั้งใจจะทำลายคุณล้มเหลว
มันก็เรียกร้องให้คุณไตร่ตรอง
ลองถามตัวเองดูว่า:
ทำไมฉันยังอยู่ที่นี่?
คุณรอดชีวิตมาได้:

- อุบัติเหตุ
- การเจ็บป่วย.
- วิกฤตการณ์ทางการเงิน
- ภาวะทางอารมณ์ที่ย่ำแย่
- สถานการณ์ที่ควรจะจบลงแตกต่างออกไป

การอนุรักษ์ไม่ใช่เรื่องที่อยู่เฉยๆ
มันมาพร้อมกับความรับผิดชอบ
ถ้าคุณถูกเก็บรักษาไว้
คุณก็ถูกเก็บรักษาไว้เพื่อบางสิ่งบางอย่าง

คำถามเพื่อการไตร่ตรอง

1. ในชีวิตของฉัน ฉัน เคย เห็นการอนุรักษ์อย่างชัดเจนที่ไหนบ้าง?
2. ฉันมองเรื่องการเอาชีวิตรอดเป็นเรื่องไม่จริงจังหรือเปล่า?
3. ฉันเคยถามไหมว่าทำไมพระเจ้าถึงทรงไว้ชีวิตฉัน?
4. ฉันใช้ชีวิตราวกับว่าชีวิตของฉันมีจุดมุ่งหมายหรือไม่?
5. อะไรที่เคยเกือบทำลายชีวิตฉันมาก่อน?

เขียนรายละเอียดช่วงเวลาต่างๆ

การประกาศ

พูดออกมาดัง ๆ:

"ฉันถูกรักษาไว้เพื่อจุดประสงค์บางอย่าง
การที่ฉันรอดชีวิตมาได้นั้นไม่ใช่เรื่องบังเอิญ
ฉันจะไม่ปล่อยให้พระเมตตาของพระเจ้าสูญเปล่า
ฉันจะใช้ชีวิตอย่างมีเป้าหมาย"

พูดซ้ำช้าๆ

การภาวนาแบบมีโครงสร้าง (30-35 นาที)

1. ความกตัญญู (10 นาที)

ขอบคุณพระเจ้าสำหรับช่วงเวลาแห่งการปกป้องคุ้มครองต่างๆ

2. การมอบถวาย (10 นาที)

จงมอบอนาคตของคุณคืนให้พระองค์โดยตั้งใจ

3. การประสานงาน (10-15 นาที)

สอบถามเพื่อขอคำชี้แจงเกี่ยวกับงานที่ได้รับมอบหมาย

จุดดำเนินการ

วันนี้คุณจะได้ทำสิ่งต่อไปนี้:

1. จงเขียนเหตุการณ์สำคัญสามเหตุการณ์ที่คุณได้รับการช่วยเหลือไว้
2. ลองแบ่งปันประสบการณ์เหล่านั้นสักเรื่องให้คนอื่นฟัง
3. เลิกนิสัยที่ไม่ดีอย่างน้อยหนึ่งอย่างที่ทำให้คุณค่าของการอยู่รอดเสื่อมเสีย
4. จงสวดบทเพลงสดุดีบทที่ 23 ออกเสียงดังๆ
5. จงอุทิศหนึ่งด้านในชีวิตของคุณอย่างเต็มที่ให้กับพระประสงค์ของพระเจ้า

วันที่ 5

เมื่อความจริงทำให้คุณไม่สบายใจ

เรื่องราวหลัก

เขาเห็นแล้ว
เขาได้เห็นนรกมาแล้ว
เขาสามารถจำใบหน้าเหล่านั้นได้
เขาได้เห็นครูสอนศาสนาผู้เป็นที่เคารพนับถือตกอยู่ในความทุกข์ทรมาน
เขาได้เห็นสวรรค์
เขาได้เห็นความเป็นระเบียบและความสงบสุข
เขากลับมาแล้ว
และเขาไม่ได้ยอมจำนน
ความจริงไม่ได้นำไปสู่การเชื่อฟังในทันทีเสมอไป
บางครั้งมันก็ก่อให้เกิดความวุ่นวาย
ความปั่นป่วนไม่ใช่การเปลี่ยนแปลง
มันคือการเปิดเผยข้อมูล
คุณมองเห็นแต่ก็ยังต่อต้านได้
คุณอาจรู้ข้อมูลแล้วแต่ก็ยังสามารถเลื่อนการตัดสินใจได้
คุณอาจเผชิญหน้า แต่ก็ยังสามารถทำให้ตัวเองแข็งแกร่งขึ้นได้
มีช่วงเวลาหนึ่งที่ความจริงมาอยู่หน้าประตู
และคุณต้องตัดสินใจว่าจะเปิดมันออกหรือไม่

หลักยึดพระคัมภีร์

พันธสัญญาเดิม

“ฟาโรห์ทรงดื้อรั้นและไม่ยอมฟัง”

— อพยพ 8:15

การเห็นสัญญาณไม่ได้หมายความว่าต้องยอมจำนนเสมอไป

พันธสัญญาใหม่

"วันนี้ ถ้าท่านได้ยินเสียงของพระองค์ อย่าใจแข็งกระด้างเลย"

— ฮีบรู 3:15

การล่าช้าอาจกลายเป็นการต่อต้านได้

บทเรียน

ผู้เชื่อหลายคนคิดว่าความไม่รู้คือปัญหาของพวกเขา

บ่อยครั้งที่มันไม่เป็นเช่นนั้น

ปัญหาที่พบบ่อยคือความล่าช้า

คุณรู้อยู่แล้ว:

- ในกรณีที่มีการประนีประนอมเกิดขึ้น
- ในที่ที่ขาดระเบียบวินัย
- ในที่ซึ่งความจงรักภักดีแตกแยก
- ในที่ที่จำเป็นต้องมีการสำนึกผิด

ความจริงเคยทำให้คุณรู้สึกไม่สบายใจมาก่อนแล้ว

คำถามคือ:

คุณได้ลงมือทำอะไรหรือเปล่า?

ความวุ่นวายคือความเมตตา

แต่ต้องตอบสนองต่อความเมตตานั้น

คำถามเพื่อการไตร่ตรอง

1. มีความจริงอะไรอีกบ้างที่พระเจ้าทรงเปิดเผยให้ฉันเห็นแล้ว แต่ฉันกลับลังเลที่จะปฏิบัติตาม?
2. ตอนนี้ฉันกำลังต่อต้านการแก้ไขในเรื่องใดอยู่?
3. ฉันรู้ว่ามีนิสัยอะไรบ้างที่ต้องเปลี่ยน แต่ยังไม่ได้ลงมือทำ?
4. ฉันตอบสนองต่อความรู้สึกผิดอย่างรวดเร็วหรือไม่?
5. ฉันกำลังเริ่มชาด้านทางจิตวิญญาณหรือเปล่า?

ตอบตามความจริง

การประกาศ

พูดออกมาดัง ๆ:
"ฉันจะไม่ต่อต้านความจริง
ฉันจะไม่เลื่อนการเชื่อฟัง เมื่อความสำนึกผิดมาถึง ฉันจะตอบสนอง
หัวใจของฉันจะยังคงอ่อนโยน"
พูดซ้ำช้าๆ

การภาวนาแบบมีโครงสร้าง (30-40 นาที)

1. การสารภาพ (10 นาที)

ระบุรายละเอียดในส่วนที่คุณต่อต้านการตัดสินลงโทษ

2. การผ่อนคลาย (10 นาที)

ขอให้พระเจ้าทรงขจัดความแข็งกระด้างของจิตใจ

3. การเชื่อฟัง (10-15 นาที)

อธิษฐานขอความกล้าหาญที่จะลงมือทำทันทีเมื่อเผชิญหน้า
ปิดท้ายด้วย:
"วันนี้ฉันเลือกที่จะเชื่อฟังมากกว่าที่จะผัดวันประกันพรุ่ง"

จุดดำเนินการ

วันนี้คุณจะได้ทำสิ่งต่อไปนี้:

1. ลงมือทำสิ่งใดสิ่งหนึ่งที่คุณเคยเลื่อนออกไปในเชิงจิตวิญญาณ
2. จงขอโทษหากคุณล่าช้าในการสำนึกผิด
3. ขจัดข้อประนีประนอมที่ซ้ำซากออกไปหนึ่งข้อ
4. งดอาหารหนึ่งมื้อเพื่อเป็นสัญญาณของการตอบสนองต่อการรักษา
5. จงเขียนรายการสิ่งที่ต้องปฏิบัติตามโดยทันทีหนึ่งอย่าง และทำให้เสร็จในวันนี้

วันที่ 6

วันแห่งการเปลี่ยนความจงรักภักดี

เรื่องราวหลัก

หลังเกิดเหตุการณ์วุ่นวาย
หลังจากต่อต้าน
หลังจากการเผชิญหน้า
หลังเกิดไฟไหม้
หลังจากรอดชีวิตมาได้
มีช่วงเวลาหนึ่งที่ไม่ได้ทำให้เขาหวั่นไหวภายนอกแต่อย่างใด
มันทำลายจิตใจเขาอย่างยับเยิน
เขาอธิบายว่ามันเหมือนอยู่ในภวังค์
เขาได้เห็นพระเยซู
เขาได้เห็นนรกอีกครั้ง
เขาได้เห็นสวรรค์อีกครั้ง
แต่คราวนี้เกิดเรื่องที่แตกต่างออกไป
เขาไม่ได้กลับมาในสภาพเดิม
เขายอมจำนน
ในปี 1982 ความจงรักภักดีได้เปลี่ยนไป
เขาไม่ได้เพิ่มพระเยซูเข้าไปในระบบความเชื่อของเขา
เขาไม่ได้เจรจาเรื่องอัตลักษณ์ของตนเอง
เขาไม่ได้เปลี่ยนแปลงศาสนาอิสลาม
เขาเปลี่ยนความภักดีแล้ว
นั่นคือความหมายที่แท้จริงของการเปลี่ยนแปลง:
โอนย้าย.

หลักยึดพระคัมภีร์

พันธสัญญาเดิม

“เจ้าจะลังเลอยู่ระหว่างสองความคิดเห็นนานเท่าไร? ถ้าพระเยโฮวาห์เป็นพระเจ้า
ก็จงติดตามพระองค์ แต่ถ้าบาอัลเป็นพระเจ้า ก็จงติดตามบาอัล”
— 1 พงศ์กษัตริย์ 18:21
ความจงรักภักดีไม่อาจแบ่งแยกได้ตลอดไป

พันธสัญญาใหม่

“เพราะพระองค์ทรงช่วยเราให้พ้นจากอำนาจแห่งความมืด
และทรงนำเราเข้ามาในราชอาณาจักรของพระบุตรที่พระองค์ทรงรัก”
— โคโลสี 1:13
ความรอดคือการย้ายถิ่นฐาน
เป็นการถ่ายโอนอำนาจปกครอง

บทเรียน

ผู้เชื่อจำนวนมากชื่นชมพระเยซู
มีคนจำนวนน้อย ที่เปลี่ยนข้างไป สนับสนุนฝ่ายตรงข้าม
ความชื่นชมกล่าวว่า:
"ฉันเห็นด้วย."
ฝ่ายโอนเงินแจ้งว่า:
“ฉันเป็นส่วนหนึ่งของที่นี่”
การโอนเงินหมายถึง:

- พระคริสต์ทรงยิ่งใหญ่กว่าความกลัว
- พระคริสต์ทรงมีฐานะสูงกว่าเผ่าต่างๆ
- พระคริสต์ทรงสำคัญยิ่งกว่าอัตลักษณ์ในอดีต
- พระคริสต์ทรงยิ่งใหญ่เหนือกว่าอุดมการณ์
- พระคริสต์สำคัญกว่าการอยู่รอด

จนกว่าจะมีการเปลี่ยนฝ่ายจงรักภักดี
กองกำลังก็จะยังคงแบ่งแยกอยู่
คุณไม่สามารถรับใช้เจ้านายสองคนได้
คุณไม่สามารถอยู่ในสองอาณาจักรพร้อมกันได้
วันหนึ่งการตัดสินใจจะถือเป็นที่สิ้นสุด

คำถามเพื่อการไตร่ตรอง

1. ฉันได้เปลี่ยนความภักดีไปแล้วจริง ๆ
   หรือว่าฉันกำลังแบ่งแยกทางจิตวิญญาณอยู่?
2. ความภักดีที่ขัดแย้งกันใดที่ยังคงควบคุมฉันอยู่?
3. ฉันกลัวว่าจะสูญเสียอะไรไปไหมถ้าฉันทุ่มเทอย่างเต็มที่?
4. การยอมแพ้โดยสิ้นเชิงจะทำให้ฉันเสียค่าใช้จ่ายเท่าไหร่?
5. ถ้าวันนี้เป็นวันย้ายทีมของฉัน อะไรจะเปลี่ยนแปลงไปทันที?

เขียนโดยปราศจากการแสดงออกทางจิตวิญญาณ

การประกาศ

ยืนให้ถูกท่า

พูดออกมาดัง ๆ:

“ข้าพเจ้าขอส่งมอบความจงรักภักดีทั้งหมดให้แก่พระเยซูคริสต์
พระองค์ทรงเป็นพระเจ้าเหนือตัวตน อดีต และอนาคตของข้าพเจ้า
ข้าพเจ้าขอละทิ้งความจงรักภักดีที่แบ่งแยก ข้าพเจ้าเป็นของพระคริสต์”

ทำซ้ำอย่างช้าๆ และตั้งใจ

การภาวนาแบบมีโครงสร้าง (40 นาที)

1. การนมัสการ (10 นาที)

ประกาศถึงอำนาจสูงสุดของพระคริสต์เหนือทุกด้านของชีวิตคุณ

2. การสละความภักดี (10 นาที)

กล่าวสละความภักดีที่ขัดแย้งกันด้วยวาจา

3. การยอมจำนน (10 นาที)

มอบตัวตน ชื่อเสียง และอนาคตของคุณให้แก่ผู้อื่น

4. พันธสัญญา (10 นาที)

ยืนยันความจงรักภักดีของคุณด้วยคำมั่นสัญญาที่กล่าวออกมา

ปิดท้ายด้วย:

“ผมตัดสินใจเลือกข้างแล้ว”

จุดดำเนินการ

วันนี้คุณจะได้ทำสิ่งต่อไปนี้:

1. เขียนข้อตกลงแสดงความจงรักภักดีความยาวหนึ่งหน้ากระดาษแล้วลงนาม
2. ทำลายหรือกำจัดสิ่งของหรือนิสัยอย่างใดอย่างหนึ่งที่เชื่อมโยงกับความภักดีที่แบ่งแยก
3. จงแสดงตนต่อสาธารณะอย่างชัดเจนว่าเป็นผู้ติดตามพระคริสต์
4. งดอาหารหนึ่งมื้อเป็นการแสดงออกถึงการยอมจำนนทางกายภาพ
5. จงท่องจำโคโลสี 1:13

วันที่ 7

เมื่อความภักดีนำมาซึ่งการต่อต้าน

เรื่องราวหลัก

การยอมจำนนไม่ได้นำมาซึ่งความสบายใจ
มันนำมาซึ่งความขัดแย้ง
หลังจากมีการเปลี่ยนข้าง การต่อต้านก็ทวีความรุนแรงขึ้น
เขากลายเป็นเป้าหมาย
ระบบเดียวกันกับที่เขาเคยปกป้อง บัดนี้กลับหมายหัวเขาไว้เพื่อกำจัดเขาออกไป
มีการยิงปืนเกิดขึ้น
มีการให้ยาพิษ
หลังจากการสารภาพผิด ก็มีการไล่ล่าเกิดขึ้น
การเปลี่ยนศาสนาไม่ใช่การหลีกหนีความขัดแย้ง
มันคือประตูสู่โลกที่แตกต่างออกไป
ความภักดีจะเปิดเผยตัวตนของคุณ

หลักยึดพระคัมภีร์

พันธสัญญาเดิม

“แล้วซาอูลก็โกรธมาก...และตั้งแต่วันนั้นเป็นต้นมา
ซาอูลก็คอยจับตาดูดาวิดอย่างใกล้ชิด”
— 1 ซามูเอล 18:8–9
เมื่อความนิยมเปลี่ยนไป ฝ่ายตรงข้ามก็จะจับตามอง

พันธสัญญาใหม่

“ถ้าโลกเกลียดชังท่าน จงจำไว้ว่ามันเกลียดชังเราก่อน”
— ยอห์น 15:18
การคัดค้านไม่ใช่หลักฐานของความล้มเหลว
แต่เป็นหลักฐานของการสอดคล้องกัน

บทเรียน

ผู้เชื่อหลายคนคาดหวังว่าจะได้รับสันติสุขทันทีหลังจากยอมจำนน

แต่ความจงรักภักดีจะเปลี่ยนแปลงความภักดีเดิมไป

และการเปลี่ยนแปลงความภักดีมักก่อให้เกิดปฏิกิริยาตอบโต้

การต่อต้านอาจไม่ได้แสดงออกในรูปแบบของการยิงปืนเสมอไป

อาจมีลักษณะดังนี้:

- การแยกตัว.
- การปฏิเสธอย่างแนบเนียน
- การสูญเสียโอกาส
- ความสงสัย
- ชื่อเสียงเสียหาย

หากคุณวัดความซื่อสัตย์ด้วยความสะดวกสบาย

คุณก็จะถอยห่างออกไป

หากคุณวัดความซื่อสัตย์ด้วยการเชื่อฟัง

คุณก็จะยืนหยัดอยู่ได้

ฝ่ายค้านชี้แจงอัตลักษณ์

คำถามเพื่อการไตร่ตรอง

1. อะไรเปลี่ยนแปลงไปในชีวิตของฉันหลังจากที่ฉันจริงจังกับพระคริสต์?
2. ฉันเข้าใจผิดคิดว่าการต่อต้านคือความล้มเหลวตรงไหน?
3. ฉันถอยหนีเมื่อรู้สึกถึงการต่อต้านหรือไม่?
4. การต่อต้านรูปแบบใดที่ทำให้ฉันรู้สึกหวาดกลัวมากที่สุด?
5. ฉันรู้สึกแปลกใจไหมเมื่อการเชื่อฟังทำให้ฉันต้องเสียอะไรบางอย่าง?

เขียนด้วยความแม่นยำ

การประกาศ

พูดออกมาดัง ๆ:

“ผมจะไม่ถอยหนีภายใต้การต่อต้าน
การต่อต้านจะทำให้ผมขัดเกลาขึ้น ไม่ใช่ทำให้ผมอ่อนแอลง
ความจงรักภักดีของผมไม่ได้ขึ้นอยู่กับความสะดวกสบาย ผมยืนหยัดอย่างมั่นคง”
ทำซ้ำอีกครั้งด้วยความมุ่งมั่น

การภาวนาแบบมีโครงสร้าง (35 นาที)

1. การนมัสการ (10 นาที)

ยอมรับพระคริสต์เป็นพระเจ้าเหนือการต่อสู้ของคุณ

2. ความเข้มแข็ง (10 นาที)

อธิษฐานขอให้มีความอดทนและเข้มแข็งเมื่อเผชิญกับอุปสรรค

3. การปกป้อง (10 นาที)

ขอให้สิ่งศักดิ์สิทธิ์คุ้มครองชีวิตและครอบครัวของคุณ

4. ความแน่วแน่ (5 นาที)

มุ่งมั่นที่จะอดทนโดยไม่คำนึงถึงผลลัพธ์
ปิดท้ายด้วย:
“ฉันยังคงมั่นคง”

จุดดำเนินการ

วันนี้คุณจะได้ทำสิ่งต่อไปนี้:

1. ระบุหนึ่งประเด็นที่การต่อต้านทำให้คุณลังเล
2. กลับเข้าไปสำรวจพื้นที่นั้นอย่างกล้าหาญอีกครั้ง
3. ให้กำลังใจผู้อื่นที่กำลังเผชิญกับอุปสรรค
4. อ่าน 1 ซามูเอล บทที่ 18 อย่างช้าๆ
5. ปฏิเสธการตัดสินใจที่เกิดจากความกลัวอย่างน้อยหนึ่งครั้ง

วันที่ 8

ถูกเก็บรักษาไว้ภายใต้เปลวไฟ

เรื่องราวหลัก

หลังจากยอมจำนน การโจมตีก็ทวีความรุนแรงขึ้น
กระสุนทะลุเข้าสู่ร่างกายของเขา
เศษโลหะกระแทกศีรษะเขา
เลือดไหลนอง
ทุกคนเข้าใจว่าเขาเสียชีวิตแล้ว
มีการให้ยาพิษ
การไล่ล่าทวีความรุนแรงขึ้น
มีการพยายามทั้งหมดเก้าครั้ง
แต่ถึงกระนั้น เขาก็ยังคงมีชีวิตรอด
การอนุรักษ์ไม่ได้หมายถึงการปฏิเสธอันตราย
มันคือการขัดขวางการทำลายล้าง
มีบางช่วงเวลาที่การเอาชีวิตรอดกลายเป็นเครื่องพิสูจน์ถึงความอยู่รอดได้เอง
คำถามไม่ได้มีเพียงแค่:
"ทำไมฉันถึงถูกทำร้าย?"
แต่ยังมีอีกประเด็นหนึ่ง:
"ทำไมฉันถึงยังอยู่ที่นี่?"

หลักยึดพระคัมภีร์

พันธสัญญาเดิม

"ความทุกข์ยากของคนชอบธรรมมีมากมาย
แต่พระเยโฮวาห์ทรงช่วยเขาให้พ้นจากความทุกข์ยากเหล่านั้นทั้งหมด"
— สดุดี 34:19

ความทุกข์ยากไม่ได้ลบล้างความชอบธรรม
การปลดปล่อยยืนยันถึงจุดประสงค์

พันธสัญญาใหม่

"เราถูกกดดันจากทุกด้าน แต่ก็ไม่ถูกบดขยี้ เราสับสน แต่ก็ไม่สิ้นหวัง เราถูกข่มเหง แต่ก็ไม่ถูกทอดทิ้ง เราถูกโจมตี แต่ก็ไม่ถูกทำลาย"
— 2 โครินธ์ 4:8-9

ถูกโจมตีจนล้มลง ไม่ได้หมายความว่าถูกทำลายจนหมดสิ้น

บทเรียน

บางคนรอดชีวิตจากเหตุการณ์ที่ควรจะทำให้พวกเขาเสียชีวิตไปแล้ว
อุบัติเหตุ
การถูกทำร้าย ความเจ็บป่วย การล่มสลายทางการเงิน ภาวะทางจิตใจที่ย่ำแย่
คุณยังอยู่ที่นี่
การอนุรักษ์เป็นความรับผิดชอบ
ถ้าพระเจ้าทรงรักษาคุณไว้
พระองค์ก็ทรงรักษาคุณไว้เพื่อบางสิ่งบางอย่าง
การมีชีวิตอยู่โดยปราศจากเป้าหมายก็ไร้ค่า
การเอาชีวิตรอดอย่างมีเป้าหมายกลายเป็นภารกิจ
คุณต้องตัดสินใจว่าชีวิตของคุณจะเป็นไปในทิศทางใด

คำถามเพื่อการไตร่ตรอง

1. ฉันรอดพ้นจากอะไรมาบ้าง แต่ฉันแทบไม่เคยยอมรับมันเลย?
2. ฉันมองข้ามความสำคัญของการถนอมอาหารหรือเปล่า?
3. พระเจ้าอาจกำลังปกป้องฉันด้วยจุดประสงค์อะไร?
4. นับตั้งแต่ได้รับการอนุรักษ์ ฉันได้ใช้ชีวิตอย่างมีเป้าหมายหรือไม่?
5. อะไรจะเปลี่ยนไปบ้าง
   ถ้าฉันเชื่อว่าการเอาชีวิตรอดของฉันเป็นภารกิจที่ได้รับมอบหมาย?

ระบุเหตุการณ์ที่เฉพาะเจาะจง

การประกาศ

ยืนขึ้นและประกาศ:

“ฉันถูกรักษาไว้เพื่อจุดประสงค์
บางอย่าง สิ่งที่ควรจะทำลายฉันกลับไม่เกิดขึ้น
ฉันจะไม่ปล่อยให้การมีชีวิตอยู่ของฉันสูญเปล่า ชีวิตของฉันมีภารกิจ”
จงพูดซ้ำอย่างตั้งใจ

การภาวนาแบบมีโครงสร้าง (35-40 นาที)

1. ความกตัญญู (10 นาที)

ขอบคุณพระเจ้าสำหรับช่วงเวลาพิเศษที่ทรงเก็บรักษาไว้

2. การสำนึกผิด (10 นาที)

สารภาพบาปในส่วนที่คุณทำพลาดจนทำให้ชีวิตเสียไปโดยเปล่าประโยชน์

3. การปรับตัว (10-15 นาที)

ขอความชัดเจนและความกล้าหาญเพื่อดำเนินชีวิตตามเป้าหมาย

4. การอุทิศตน (5 นาที)

จงอุทิศชีวิตที่คุณรักษาไว้กลับคืนสู่พระเจ้า
ปิดท้ายด้วย:
“ฉันใช้ชีวิตอย่างมีเป้าหมาย”

จุดดำเนินการ

วันนี้คุณจะได้ทำสิ่งต่อไปนี้:

1. จงเขียนช่วงเวลาสำคัญ 3 ช่วงในชีวิตของคุณที่เกี่ยวข้องกับการอนุรักษ์
2. แบ่งปันประสบการณ์ส่วนตัวสักเรื่องให้คนอื่นฟัง
3. เลิกนิสัยที่ไม่ดีอย่างน้อยหนึ่งอย่างที่ทำให้คุณค่าของการอยู่รอดเสื่อมเสีย
4. จงสวดบทเพลงสดุดี 34 ออกเสียงดังๆ
5. ก้าวแรกสู่การเชื่อฟังอย่างมีจุดมุ่งหมาย

วันที่ 9

การแสดงความจงรักภักดีโดยไม่เปิดเผย

เรื่องราวหลัก

หลังจากยอมจำนน ทัศนวิสัยก็เริ่มเป็นอันตราย
ไม่เพียงแต่เพื่อตัวเขาเองเท่านั้น
แต่ยังเพื่อคนรอบข้างเขาด้วย
เขาอธิบายว่าตัวเองใช้ชีวิตอยู่ "ตรงกลาง"
อดีตพันธมิตรตราหน้าเขาว่าเป็นคนทรยศ ส่วน
ผู้ศรัทธาใหม่จับตามองเขาอย่างระมัดระวัง
การคบหาสมาคมกับเขาอาจนำมาซึ่งการโจมตีได้
เขาไม่สามารถขยับตัวอย่างมีเสียงดังได้
เขาต้องตัดสินใจอย่างชาญฉลาด
ในสภาพแวดล้อมที่ไม่เอื้ออำนวยหลายแห่ง
ผู้ที่เปลี่ยนศาสนาบางคนอาจไม่ย้ายถิ่นฐานทันที
พวกเขายังคงอยู่ภายในครอบครัว
ภายในชุมชน บางครั้งแม้กระทั่งภายในมัสยิดภายนอก
แต่ภายในองค์กร ความภักดีได้เปลี่ยนไปแล้ว
การเป็นศิษย์ที่ซ่อนเร้นไม่ใช่การปฏิเสธความจริง
นี่คือกลยุทธ์
ไม่ใช่ทุกฤดูกาลที่จะอนุญาตให้มีการประกาศต่อสาธารณะโดยไม่มีผลกระทบตามมา
ปัญญาไม่ใช่ความขี้ขลาด
นี่คือการดูแลรักษา

หลักยึดพระคัมภีร์

พันธสัญญาเดิม

"นาอามานกล่าวว่า...เมื่อเจ้านายของข้าพเจ้าเข้าไปในวิหาร ริมโมน เพื่อนมัสการที่นั่น...ขอพระเจ้าทรงอภัยโทษแก่ผู้รับใช้ของท่านในเรื่องนี้ด้วยเถิด"

— 2 พงศ์กษัตริย์ 5:18

ความภักดีเปลี่ยนไปก่อนที่สภาพแวดล้อมจะเปลี่ยนแปลง

พันธสัญญาใหม่

"มีชายคนหนึ่งในพวกฟาริสีชื่อนิโคเดมัส... มาหาพระเยซูในเวลากลางคืน"

— ยอห์น 3:1-2

ศิษย์บางคนเริ่มต้นอย่างลับๆ ก่อนที่จะยืนหยัดอย่างเปิดเผย

บทเรียน

ความซื่อสัตย์ไม่ได้แสดงออกอย่างยิ่งใหญ่เสมอไป

มีบางช่วงเวลาที่สติปัญญาเรียกร้องให้เราใช้ดุลยพินิจ

เป้าหมายไม่ใช่การสร้างการรับรู้

เป้าหมายคือการสร้างความจงรักภักดี

ผู้เชื่อบางคนเข้าใจผิดคิดว่าเสียงดังคือความกล้าหาญ

บางคนเข้าใจผิดคิดว่าความเงียบคือการประนีประนอม

ความแตกต่างอยู่ที่แรงจูงใจ

คุณเงียบเพราะความกลัว

หรือเพราะเชื่อฟังอย่างมีกลยุทธ์?

คุณหลบซ่อนตัวเพื่อหลีกเลี่ยงความทุกข์

หรือเพื่อรักษาหน้าที่การงานไว้?

บางครั้งพระเจ้าทรงทำงานอยู่ใต้ดินก่อนที่จะทรงนำคุณขึ้นมาสู่พื้นดิน

คำถามเพื่อการไตร่ตรอง

1. ฉันกำลังปกปิดความเชื่อของฉันเพราะความกลัว หรือเพราะความรอบคอบกันแน่?
2. ฉันต้องกล้าแสดงออกมากกว่านี้ในเรื่องไหนบ้าง?
3. ฉันต้องวางแผนกลยุทธ์ให้รอบคอบมากขึ้นในด้านใดบ้าง?

4. ฉันเข้าใจผิดคิดว่าความเงียบคือการประนีประนอมหรือเปล่า?
5. ความภักดีภายในใจของฉันยังคงมั่นคงแม้ในยามที่มองไม่เห็นใช่หรือไม่?

โปรดตอบอย่างระมัดระวัง

การประกาศ

พูดออกมาดัง ๆ:

"ความจงรักภักดีของข้าพเจ้ามั่นคง ไม่ว่าจะปรากฏให้เห็นหรือไม่ก็ตาม
ข้าพเจ้าจะกระทำการด้วยสติปัญญา ข้าพเจ้าจะไม่ปฏิเสธพระคริสต์
ข้าพเจ้าจะไม่กระทำการใดๆ อย่างโง่เขลา
ความจงรักภักดีของข้าพเจ้าได้ถูกกำหนดไว้แล้ว"

จงพูดซ้ำอย่างตั้งใจ

การภาวนาแบบมีโครงสร้าง (35 นาที)

1. การนมัสการ (10 นาที)

จงให้เกียรติพระคริสต์ในฐานะพระเจ้าเหนือชีวิตส่วนตัวและชีวิตสาธารณะของคุณ

2. การไตร่ตรอง (10 นาที)

ขอสติปัญญาเพื่อให้รู้ว่าเมื่อใดควรพูดและเมื่อใดควรรอ

3. ความกล้าหาญ (10 นาที)

อธิษฐานขอความกล้าหาญเมื่อถึงเวลาที่ต้องเปิดเผยตัวตน

4. การปกป้อง (5 นาที)

มอบตนเองและผู้อื่นให้ได้รับการคุ้มครองจากสิ่งศักดิ์สิทธิ์

ปิดท้ายด้วย:

"ขอให้ข้าพเจ้ามีสติปัญญาและความซื่อสัตย์"

จุดดำเนินการ

วันนี้คุณจะได้ทำสิ่งต่อไปนี้:

1. ระบุหนึ่งด้านที่คุณต้องการความกล้าหาญ
2. ระบุพื้นที่หนึ่งที่คุณต้องการการควบคุม
3. จงตั้งใจอธิษฐานเพื่อผู้เชื่อในพื้นที่ที่เป็นศัตรู
4. อ่าน 2 พงศ์กษัตริย์ บทที่ 5 และ ยอห์น บทที่ 3 อย่างช้าๆ
5. จงเลือกเชื่อฟังมากกว่าทำตามแรงกระตุ้น

วันที่ 10

เมื่อความหน้าซื่อใจคดทำให้คุณอยากหันหลังกลับ

เรื่องราวหลัก

การถูกกดขี่ข่มเหงไม่ได้ทำให้เขาพ่ายแพ้ไปเสียทีเดียว
กระสุนปืนไม่ได้
ผล ยาพิษก็ไม่ได้ผลเช่นกัน
ความเสแสร้งเกือบจะทำสำเร็จแล้ว
หลังจากยอมจำนน
หลังจากรอดชีวิต หลังจากเริ่มปฏิบัติศาสนกิจ
เขาเข้าไปในพื้นที่ของชาวคริสต์
เขาคาดหวังระเบียบวินัย
เขาคาดหวังความซื่อสัตย์สุจริต เขาคาดหวังการปฏิบัติที่สอดคล้องกับการสั่งสอน
แต่เขากลับเห็นความไม่สอดคล้องกัน
เขาเห็นผู้นำเทศนาในสิ่งที่พวกเขาไม่ได้ปฏิบัติตาม เขา
เห็นการแสดงออกทางจิตวิญญาณที่ไร้แก่นสาร เขาเห็นมาตรฐานสองแบบ
เขาได้กล่าวไว้อย่างชัดเจนว่า มีช่วงหนึ่งที่เขาเกือบจะกลับไปนับถือศาสนาอิสลามอีกครั้ง
ไม่ใช่เพราะศาสนาอิสลามชักชวนเขา
แต่เป็นเพราะความหน้าซื่อใจคดภายในศาสนาคริสต์ทำให้เขารู้สึกรังเกียจ
แรงกดดันไม่ได้มาจากภายนอก
มันมาจากข้างใน
นั่นอันตรายกว่ามาก

หลักยึดพระคัมภีร์

พันธสัญญาเดิม

“วิบัติแก่บรรดาผู้เลี้ยงแกะที่ทำลายและทำให้ฝูงแกะในทุ่งหญ้าของข้ากระจัดกระจายไป!”
— เยเรมีย์ 23:1

ความล้มเหลวในการเป็นผู้นำทำลายความเชื่อมั่น

พันธสัญญาใหม่

"วิบัติแก่พวกเจ้า ผู้สอนธรรมบัญญัติและพวกฟาริสี พวกเจ้าเป็นคนหน้าซื่อใจคด!"
— มัทธิว 23:27

การเสแสร้งเป็นสิ่งที่กัดกร่อนจิตวิญญาณ

บทเรียน

ผู้เชื่อจำนวนมากสามารถเอาชีวิตรอดจากการถูกข่มเหงได้
น้อยคนนักที่จะเอาตัวรอดจากความผิดหวังได้
การต่อต้านจากภายนอกยิ่งเสริมความมุ่งมั่น
ความเสแสร้งภายในบั่นทอนความไว้วางใจ
ถ้าคุณสร้างความเชื่อมั่นบนพื้นฐานของคน
คนเหล่านั้นก็จะทำให้คุณสั่นคลอนได้
ถ้าคุณสร้างความเชื่อของคุณบนพระคริสต์
ไม่มีใครสามารถถอนรากถอนโคนคุณได้
ความล้มเหลวของผู้อื่นไม่ได้ลบล้างความจริง
ความไม่สอดคล้องกันของผู้นำไม่ได้ทำให้พระคริสต์เป็นโมฆะ
คุณต้องตัดสินใจ:
ความเสแสร้งจะกลายเป็นข้ออ้างของคุณ
หรือจะเป็นเสน่ห์ดึงดูดใจของคุณกันแน่?

คำถามเพื่อการไตร่ตรอง

1. ความไม่สม่ำเสมอของใครบางคนทำให้ศรัทธาของฉันอ่อนแอลงหรือไม่?
2. ฉันเคยแอบหาเหตุผลมาสนับสนุนการประนีประนอมของตัวเองเพราะคนอื่นหรือเปล่า?
3. ความภักดีของฉันอยู่ที่พระคริสต์หรืออยู่ที่ผู้คน?
4. ฉันรู้สึกอยากถอนตัวเพราะความผิดหวังในเรื่องใดบ้าง?
5. ฉันกำลังมีส่วนร่วมในความหน้าซื่อใจคดที่ฉันวิพากษ์วิจารณ์อยู่หรือเปล่า?

ตอบโดยไม่แสดงท่าทีปกป้องตนเอง

การประกาศ

พูดออกมาดัง ๆ:
“ศรัทธาของฉันยึดมั่นในพระคริสต์ ไม่ใช่ในผู้คน
ความล้มเหลวของผู้อื่นจะไม่เป็นตัวกำหนดการเชื่อฟังของฉัน
ฉันปฏิเสธความเสแสร้งในชีวิตของฉันเอง
ฉันยังคงซื่อสัตย์”
พูดซ้ำช้าๆ

การภาวนาแบบมีโครงสร้าง (40 นาที)

1. การนมัสการ (10 นาที)

จงวางความเชื่อของคุณไว้ที่พระคริสต์แต่เพียงผู้เดียว

2. ปล่อยวาง (10 นาที)

ให้อภัยผู้ที่ประพฤติไม่สม่ำเสมอจนทำให้คุณเจ็บปวด

3. การชำระล้าง (10-15 นาที)

ขอให้พระเจ้าทรงขจัดความเสแสร้งในชีวิตของคุณ

4. ตั้งปณิธาน (5 นาที)

ยึดมั่นในความซื่อสัตย์สุจริตส่วนบุคคล
ปิดท้ายด้วย:
“ฉันจะใช้ชีวิตตามที่ฉันประกาศไว้”

จุดดำเนินการ

วันนี้คุณจะได้ทำสิ่งต่อไปนี้:

1. ให้อภัยคนหนึ่งคนที่ความไม่สม่ำเสมอของเขาทำให้คุณเจ็บปวด
2. ระบุหนึ่งด้านที่การปฏิบัติของคุณต้องสอดคล้องกับการเทศนาของคุณ
3. อ่านมัทธิวบทที่ 23 อย่างละเอียด
4. ขจัดมาตรฐานสองมาตรฐานออกจากชีวิตของคุณไปหนึ่งอย่าง
5. เสริมสร้างความศรัทธาส่วนตัวของคุณ — ที่ผู้อื่นมองไม่เห็น

วันที่ 11

“เราก้าวล้ำเส้นไปไกลเกินไปแล้ว”

เรื่องราวหลัก

มีช่วงเวลาหนึ่งหลังจากที่เขาเปลี่ยนศาสนา
หลังจากเริ่มปฏิบัติศาสนกิจ
หลังจากเทศนา หลังจากเห็นผลอย่างเป็นรูปธรรม
ความผิดหวังเริ่มเข้ามาครอบงำ
เขาเห็นความเสแสร้ง
เขาเห็นความไม่สอดคล้องกัน เขาเห็นมาตรฐานสองด้านทางจิตวิญญาณ
และในใจเขาก็ได้ตัดสินใจแล้ว
เขาจะกลับมา
เขาตั้งใจไว้ในใจแล้วว่าคำเทศนาที่เขากำลังจะกล่าวต่อไปนี้จะเป็นคำเทศนาครั้งสุดท้ายของเ
ขา
หลังจากนั้น เขาจะกลับไปนับถือศาสนาอิสลามอีกครั้ง
เขาได้ข้อสรุปว่าอย่างน้อยสิ่งที่เขาทิ้งไว้ก็มีระเบียบวินัย
สิ่งที่เขาเข้าไปสัมผัสดูเหมือนจะมีการบิดเบือน
จากนั้น เขาจึงเปิดประตูห้องพักในโรงแรมของเขา
และเขากล่าวว่าพระเยซูทรงยืนอยู่ที่นั่น
เขาบรรยายถึงการตกอยู่ภายใต้อำนาจ
และเขาเล่าคำพูดเหล่านั้นได้อย่างชัดเจน:
“เรามาไกลเกินไปแล้ว มันสายเกินไปที่จะย้อนกลับไป”
ช่วงเวลานั้นไม่ใช่เรื่องของการได้รับความรอด
มันเป็นเรื่องของความเพียรพยายาม
ไม่เกี่ยวกับเรื่องการแปลงค่า
เกี่ยวกับความมุ่งมั่น
มีบางช่วงเวลาที่การถอยหนีดูเหมือนจะเป็นทางเลือกที่สมเหตุสมผล

แล้วสวรรค์ก็เข้ามาขัดจังหวะ

หลักยึดพระคัมภีร์

พันธสัญญาเดิม

"จงระลึกถึงภรรยาของโลท"

— ลูกา 17:32 (อ้างอิงจากปฐมกาล 19)

การหวนมองอดีตอาจทำลายอนาคตได้

พันธสัญญาใหม่

"ผู้ใดที่เอาแต่ไถนาแล้วหันหลังกลับไปมอง
ก็จะไม่เหมาะสมที่จะรับใช้ในอาณาจักรของพระเจ้า"

— ลูกา 9:62

ความก้าวหน้าต้องอาศัยการไม่ยอมถอยหลัง

บทเรียน

การปฏิบัติธรรมเพื่อปลีกวิเวกมักไม่เริ่มต้นในที่สาธารณะ
มันเริ่มต้นจากเรื่องส่วนตัว
คุณตัดสินใจภายในก่อนที่จะประกาศให้ภายนอกทราบ
ความผิดหวังนั้นทรงพลังมาก
ความผิดหวังก็เช่นกัน
แต่การถอนยาเป็นอันตราย
คุณไม่สามารถละทิ้งความเชื่อทางศาสนาได้ด้วยเหตุผลทางกายภาพ
แต่คุณสามารถปลีกตัวไปอยู่ในความเข้มข้น
ในระเบียบวินัย ด้วยความทุ่มเท ด้วยความจริงจังได้
มีบางช่วงเวลาที่พระเจ้าต้องทรงเผชิญหน้ากับการตัดสินใจของคุณที่ปล่อยให้ตัวเองลอยไปตามกระแส
และเมื่อพระองค์ทรงกระทำเช่นนั้น คุณต้องตอบสนอง
มีจุดหนึ่ง ที่ การย้อนกลับไปไม่ใช่ทางเลือกอีกต่อไป
เพราะความจริงได้ถูกเปิดเผยแล้ว
เนื่องจากมีการประกาศยอมจำนนแล้ว

เพราะความจงรักภักดีได้ถูกถ่ายโอนไปแล้ว
คุณไม่สามารถลืมสิ่งที่คุณรู้ได้
คุณไม่สามารถลืมสิ่งที่ได้เห็นไปแล้วได้

คำถามเพื่อการไตร่ตรอง

1. ฉันเคยคิดที่จะปลีกตัวไปพักผ่อนทางจิตวิญญาณที่ไหนบ้าง?
2. ความผิดหวังอะไรเป็นสาเหตุที่ทำให้เกิดความคิดนั้น?
3. ฉันลดมาตรการลงโทษลงอย่างเงียบๆ หรือเปล่า?
4. ฉันรู้สึกอยากจะเปลี่ยนแปลงการเชื่อฟังในด้านใดบ้าง?
5. ถ้าพระเยซูทรงยืนอยู่ต่อหน้าฉันในวันนี้
   พระองค์จะทรงเผชิญหน้ากับอะไรบ้าง?

ตอบตามความจริง

การประกาศ

ยืนขึ้นและประกาศ:
"มันสายเกินไปแล้วที่ฉันจะหวนกลับ
ความภักดีของฉันได้ตัดสินใจแล้ว ความผิดหวังไม่อาจลบล้างพันธสัญญาของฉันได้
ฉันจะทำสิ่งที่เริ่มต้นไว้ให้สำเร็จ"
พูดซ้ำด้วยน้ำเสียงหนักแน่น

การภาวนาแบบมีโครงสร้าง (40 นาที)

1. การนมัสการ (10 นาที)

ยอมรับพระคริสต์เป็นพระเจ้าเหนืออดีตและอนาคตของคุณ

2. การสำนึกผิด (10 นาที)

สารภาพต่อการตัดสินใจภายในใจใดๆ ที่ทำให้ตนเองหลงทาง

3. การยืนยันพันธสัญญาอีกครั้ง (10-15 นาที)

กล่าวคำยืนยันพันธสัญญาของคุณด้วยวาจา

4. กำลังใจ (5-10 นาที)

อธิษฐานขอความอดทนเมื่อเผชิญกับความผิดหวัง

ปิดท้ายด้วย:
"ฉันจบได้อย่างดี"

จุดดำเนินการ

วันนี้คุณจะได้ทำสิ่งต่อไปนี้:

1. ระบุพื้นที่หนึ่งที่คุณค่อยๆ ห่างเหินไปโดยไม่รู้ตัว
2. ฟื้นฟูระเบียบวินัยนั้นโดยทันที
3. กำจัดปัจจัยหนึ่งที่ก่อให้เกิดความท้อแท้
4. อ่านลูกา 9:57–62 อย่างช้าๆ
5. กล่าวคำแสดงความจงรักภักดีของคุณออกมาดัง ๆ อีกครั้งก่อนนอน

วันที่ 12

โพสต์ของคุณ

เรื่องราวหลัก

มีพ่อคนหนึ่ง
มีระเบียบ
วินัย จริงจัง ไม่ยอมประนีประนอม
มีแม่คนหนึ่ง
เปลี่ยนแล้ว
เงียบสงบ ทนทาน มั่นคงภายในความตึงเครียด
เขามีพี่ชายคนหนึ่ง
ถูกตัดสินว่า
มีความผิด ตกเป็นเป้าหมายของสาธารณชน ถูก เก็บรักษาไว้
มีอิซาอยู่ด้วย
ก้าวร้าว.
สับสน. เผชิญหน้า. ถูกย้าย.
เรื่องราวนี้ไม่ได้เกี่ยวกับชายคนเดียวเท่านั้น
มันเกี่ยวกับเรื่องตำแหน่ง
แต่ละคนยืนอยู่ตรงจุดใดจุดหนึ่ง
พ่อเป็นผู้ยึดมั่นในระเบียบ แม้ว่าระเบียบนั้นจะผิดก็ตาม
แม่เป็นผู้ยึดมั่นในความเชื่อมั่น โดยไม่ละทิ้งความรับผิดชอบ พี่ชายยืนหยัดในที่สาธารณะ
และเผชิญหน้ากับคมดาบ
อิซายืนหยัดในการต่อสู้ แล้วต่อมาก็ยอมจำนน
ครอบครัวแตกแยก แต่ก็ยังคงเชื่อมโยงกัน
ทุกคนมีโพสต์ของตัวเอง
ไม่มีใครเป็นกลาง
คำถามไม่ได้อยู่ที่ว่าคุณมีอิทธิพลหรือไม่

คำถามคือ คุณยืนอยู่ในที่ที่กำหนดไว้หรือไม่

หลักยึดพระคัมภีร์

พันธสัญญาเดิม

“เรามองหาคนในหมู่พวกเขาที่จะสร้างกำแพงขึ้นและยืนอยู่ต่อหน้าเราในช่องว่างเพื่อแผ่นดินนั้น…”

— เอเสเคียล 22:30

พระเจ้าทรงมองหาผู้คนที่พร้อมจะยืนหยัด

พันธสัญญาใหม่

“ ฉะนั้น จงสวมยุทธภัณฑ์ครบชุดของพระเจ้า
เพื่อท่านจะสามารถยืนหยัดต่อสู้ในวันแห่งความชั่วร้าย และเมื่อทำทุกอย่างเสร็จแล้ว
ก็จงยืนหยัดอยู่ได้”

— เอเฟซัส 6:13

คำแนะนำนั้นง่ายมาก:
ยืนขึ้น

บทเรียน

ในทุกสภาพแวดล้อม ไม่ว่าจะเป็นครอบครัว ที่ทำงาน โบสถ์ หรือประเทศชาติ
ล้วนมีบทบาทและตำแหน่งอยู่เสมอ
บางคนสร้าง บาง
คนอดทน บางคนเผชิญหน้า บางคนรักษาไว้
พ่อเชื่อว่าเขากำลังปกป้องความจริง
แม่เชื่อว่าเธอกำลังรักษาความจริงไว้ ส่วนพี่ชายเลือกที่จะประกาศความจริง
อิซาต้องตัดสินใจว่าจะเลือกยืนอยู่จุดไหน
การยืนเป็นเวลานานนั้นมีค่าใช้จ่ายสูง
แต่การปล่อยตัวไปเรื่อยๆ นั้นเป็นสิ่งที่ทำลายล้าง
หากยามรักษาการณ์ละทิ้งหน้าที่
ระบบก็จะล่มสลาย
หากพ่อแม่ละทิ้งหน้าที่
ครอบครัวก็จะอ่อนแอลง

หากผู้ศรัทธาละทิ้งหน้าที่
การประนีประนอมก็จะแพร่กระจายออกไป
พันธกิจของผู้เฝ้าระวังไม่ได้มีไว้สำหรับนักเทศน์เท่านั้น
สิ่งนี้มีไว้สำหรับผู้เชื่อทุกคน
คุณมีโพสต์แล้ว
คุณระบุชนิดของมันได้แล้วหรือยัง?

คำถามเพื่อการไตร่ตรอง

1. บทบาทปัจจุบันของฉันคืออะไร — ในครอบครัว โบสถ์ หรือที่ทำงาน?
2. ฉันยืนหยัดอย่างซื่อสัตย์ในจุดยืนนั้นหรือไม่?
3. ฉันทิ้งบทบาททางด้านอารมณ์หรือจิตวิญญาณไว้ที่ไหนกันนะ?
4. ถ้าฉันหายไปจากตำแหน่ง จะเกิดอะไรขึ้น?
5. ฉันต้องอดทนกับความกดดันมากแค่ไหนถึงจะยังคงอยู่ในที่ที่พระเจ้าทรงวางฉันไว้?

โปรดตอบอย่างระมัดระวัง

การประกาศ

ยืนขึ้นและประกาศ:
"ผมจะไม่ละทิ้งหน้าที่
ผมจะยืนหยัดในที่ที่พระเจ้าทรงวางผมไว้ ผมจะไม่ยอมอ่อนข้อภายใต้แรงกดดัน
ผมจะปฏิบัติหน้าที่ที่ได้รับมอบหมายอย่างซื่อสัตย์"
จงพูดซ้ำอย่างตั้งใจ

การภาวนาแบบมีโครงสร้าง (40 นาที)

1. การนมัสการ (10 นาที)

จงให้เกียรติพระเจ้าผู้ทรงกำหนดตำแหน่งหน้าที่

2. การปรับความเข้าใจ (10 นาที)

สอบถามเพื่อขอคำชี้แจงเพิ่มเติมเกี่ยวกับโพสต์ของคุณ

3. ความเข้มแข็ง (10-15 นาที)

อธิษฐานขอความอดทนเพื่อให้สามารถอยู่ในที่ที่ท่านถูกเรียกให้อยู่ต่อไป

4. การอธิษฐานเผื่อผู้อื่น (5 นาที)

อธิษฐานเผื่อสมาชิกในครอบครัวของคุณ ทั้งผู้เชื่อและผู้ไม่เชื่อ

ปิดท้ายด้วย:

"ขอให้ข้าพเจ้าเป็นผู้เฝ้าระวังที่ซื่อสัตย์"

จุดดำเนินการ

วันนี้คุณจะได้ทำสิ่งต่อไปนี้:

1. ระบุขอบเขตความรับผิดชอบหลักของคุณ
2. ระบุหนึ่งด้านที่คุณต้องเสริมสร้างวินัยให้แข็งแกร่งขึ้น
3. ลองพูดคุยอย่างตั้งใจสักครั้งในครอบครัวเกี่ยวกับเรื่องการรับคำแนะนำทางจิตวิญญาณ
4. จงอธิษฐานโดยเฉพาะอย่างยิ่งสำหรับสมาชิกในครอบครัวที่แตกแยกกัน
5. ปฏิเสธการกระทำอย่างน้อยหนึ่งอย่างที่จะทำให้อิทธิพลของคุณลดลง

วันที่ 13

กินข้าวที่โต๊ะเดียวกัน

เรื่องราวหลัก

ไม่ใช่ทุกคนในครอบครัวที่เปลี่ยนศาสนา
บางคนยังคงนับถือศาสนาอิสลาม
บางคนเปลี่ยนไปนับถือศาสนาคริสต์
บ้านที่เคยมีจังหวะทางศาสนาเดียวกัน ตอนนี้กลับมีสองจังหวะด้วยกัน
แต่กระนั้น—
พวกเขายังคงกินข้าวด้วยกันอยู่
รายละเอียดนี้ทรงพลังมาก
ความเชื่อมั่นเปลี่ยนไป
ความจงรักภักดีเปลี่ยนไป ความเชื่อแตกแยก
แต่ความสัมพันธ์ก็ไม่ได้พังทลายลงอย่างสิ้นเชิง
ในสภาพแวดล้อมหลายแห่ง การเปลี่ยนแปลงดังกล่าวทำให้เกิดการแตกหักถาวร
ในกรณีนี้ ความตึงเครียดเกิดขึ้น แต่ความสัมพันธ์ยังคงอยู่
นี่คือวุฒิภาวะ
ความภักดีเปลี่ยนไป
แต่ความเกลียดชังไม่ได้เข้ามาครอบงำ
ความศรัทธาไม่ได้กลายเป็นความโหดร้าย
ความจริงไม่ได้กลายเป็นความขัดแย้ง
พวกเขาแบ่งปันอาหารกัน
และอาหารก็สำคัญเช่นกัน
ตารางแสดงถึงความสัมพันธ์
การเข้าถึง การสนทนา ศักดิ์ศรีความเป็นมนุษย์
คุณสามารถมีความเห็นไม่ตรงกันอย่างมากได้ แต่ยังคงปฏิบัติต่อผู้อื่นด้วยความเคารพได้

หลักยึดพระคัมภีร์

พันธสัญญาเดิม

"ถ้าเป็นไปได้ จงอยู่ร่วมกับคนทั้งปวงอย่างสันติ"

— (หลักการที่สะท้อนให้เห็นตลอดทั้งสุภาษิต

สืบเนื่องมาจากภูมิปัญญาในพันธสัญญาเดิม)

สันติภาพไม่ใช่การยอมแพ้ แต่

คือการมีวินัย

พันธสัญญาใหม่

"ถ้าเป็นไปได้ จงอยู่ร่วมกับทุกคนอย่างสันติ"

— โรม 12:18

ไม่ใช่การประนีประนอม แต่

เป็นสันติภาพ

บทเรียน

ผู้เชื่อบางคนเข้าใจผิดคิดว่าการแยกตัวคือความบริสุทธิ์

บางคนเข้าใจผิดคิดว่าการประนีประนอมคือสันติภาพ

แต่ยังมีอีกทางเลือกที่สาม:

การตัดสินโดยปราศจากความเป็นปรปักษ์

คุณสามารถ:

- ยึดมั่นในความจริงให้แน่น
- ปฏิเสธการประนีประนอม
- รักษาความสัมพันธ์ไว้
- จงแสดงความมีศักดิ์ศรี
- รักษาขอบเขตให้ชัดเจน

ตารางนี้ไม่ใช่การรับรอง

นี่คือความเป็นมนุษย์

ถ้าพระคริสต์ทรงรับประทานอาหารร่วมกับคนบาปโดยไม่ทรงเห็นชอบกับบาป

คุณก็สามารถนั่งร่วมโต๊ะกับผู้อื่นได้โดยไม่ต้องละทิ้งความสำนึกผิด

ครอบครัวที่แตกแยกต้องการวุฒิภาวะทางจิตวิญญาณ

คุณอาจเปลี่ยนแปลงทุกคนไม่ได้

แต่คุณสามารถตัดสินใจได้เองว่าจะประพฤติตนอย่างไร

คำถามเพื่อการไตร่ตรอง

1. ฉันเข้าใจผิดระหว่างความเชื่อมั่นกับความก้าวร้าวหรือเปล่า?
2. ฉันเคยถอนตัวออกจากความสัมพันธ์โดยไม่จำเป็นหรือไม่?
3. ฉันจำเป็นต้องกำหนดขอบเขตที่ชัดเจนและดีต่อสุขภาพมากขึ้นในด้านใดบ้าง?
4. ฉันสามารถยึดมั่นในความจริงโดยปราศจากความเกลียดชังได้หรือไม่?
5. มีใครบ้างที่ฉันควรกลับไปสานสัมพันธ์ด้วยอีกครั้ง?

ตอบตามความจริง

การประกาศ

พูดออกมาดัง ๆ:

"ความเชื่อมั่นของฉันจะไม่ก่อให้เกิดความเกลียดชัง
ฉันจะยืนหยัดอย่างมั่นคงโดยไม่แสดงท่าทีเป็นศัตรู ฉันจะปฏิบัติต่อผู้อื่นด้วยความเคารพ
ความจริงและความรักจะดำรงอยู่ร่วมกันในชีวิตของฉัน"

พูดซ้ำช้าๆ

การภาวนาแบบมีโครงสร้าง (35 นาที)

1. การนมัสการ (10 นาที)

ถวายเกียรติแด่พระคริสต์ในฐานะเจ้าแห่งสันติสุข

2. การอธิษฐานขอพร (10 นาที)

อธิษฐานเพื่อสมาชิกในครอบครัวที่แตกแยก

3. สติปัญญา (10 นาที)

ขอให้มีความเข้าใจและวุฒิภาวะในการรับมือกับความตึงเครียด

4. การปกป้อง (5 นาที)

อธิษฐานขอให้เกิดความเป็นเอกภาพโดยไม่ยอมประนีประนอม

ปิดท้ายด้วย:

"สอนให้ฉันยืนหยัดและรัก"

จุดดำเนินการ

วันนี้คุณจะได้ทำสิ่งต่อไปนี้:

1. ลองพูดคุยกับใครสักคนที่คุณมีความคิดเห็นไม่ตรงกันอย่างสุภาพ
2. หลีกเลี่ยงการโต้เถียงที่ไม่จำเป็น
3. ฝึกการฟังก่อนที่จะตอบ
4. จงอธิษฐานโดยอ่านพระธรรมโรม บทที่ 12 ออกเสียงดัง ๆ
5. จงเลือกสันติภาพเมื่อเป็นไปได้

วันที่ 14

เมื่ออำนาจขาดการเปิดเผย

เรื่องราวหลัก

มีพ่อคนหนึ่ง

มี

ระเบียบวินัย จริงจังในเรื่องความเชื่อ

เขาไม่ได้เลี้ยงลูกแบบไม่เอาไหน

เขาเลี้ยงลูกให้มีระเบียบวินัย

มีการบังคับให้สวดมนต์

พิธีกรรมทางศาสนาเป็นไปอย่างสม่ำเสมอ และมีการเคารพระเบียบวินัย

เขาเชื่อว่าเขากำลังปกป้องความจริง

เขาเชื่อว่าเขากำลังปกป้องครอบครัวของเขา เขาเชื่อว่าเขากำลังรักษาไว้ซึ่งมรดก

เมื่อการเปลี่ยนศาสนาเข้ามาในบ้าน เขาแสดงปฏิกิริยาอย่างรุนแรง

สำหรับเขา มันคือการทรยศ

สำหรับเขา มันคือการเสื่อมเสียเกียรติ สำหรับเขา มันคือการกบฏ

ดาบที่ถูกชักขึ้นในบ้านหลังนั้น ไม่ใช่เพียงแค่ความโกรธเท่านั้น

เป็นการตัดสินโดยปราศจากการเปิดเผยความจริง

เขามีโครงสร้าง
แต่ขาดแสงสว่าง
เขามีอำนาจ
แต่เขาขาดการเปลี่ยนแปลง
และอำนาจที่ปราศจากการเปิดเผยอาจกลายเป็นอันตรายได้

หลักยึดพระคัมภีร์

พันธสัญญาเดิม

"มีทางหนึ่งซึ่งดูเหมือนถูกต้องในสายตามนุษย์
แต่ในที่สุดแล้วทางนั้นก็เป็นทางแห่งความตาย"
— สุภาษิต 14:12
ความจริงใจไม่ได้หมายความว่าถูกต้องเสมอไป

พันธสัญญาใหม่

"เพราะข้าพเจ้าเป็นพยานยืนยันว่าพวกเขามีความกระตือรือร้นในเรื่องของพระเจ้า
แต่ไม่ใช่ด้วยความรู้ที่แท้จริง"
— โรม 10:2
ความกระตือรือร้นที่ปราศจากการเปิดเผยจะทำให้พลังถูกใช้ไปในทางที่ผิด

บทเรียน

วันนี้ไม่ใช่วันที่จะกล่าวโทษบรรดาพ่อๆ
มันเกี่ยวกับการทำความเข้าใจอิทธิพล
พ่อในเรื่องไม่ได้เป็นคนเฉื่อยชา
เขาพูดจริงจัง
แต่ความจริงจังโดยปราศจากการเปิดเผยความจริงอาจก่อให้เกิดความเสียหายได้
โครงสร้างนั้นทรงพลัง
ระเบียบวินัย หล่อหลอม อัตลักษณ์
อำนาจหล่อหลอมความคิด
แต่ถ้าหากรากฐานไม่ถูกต้อง
การก่อตัวก็จะกลายเป็นสิ่งทำลายล้าง
พ่อมีบทบาทสำคัญในการกำหนดทิศทางชีวิต
ผู้นำเป็นผู้กำหนดทิศทาง

ผู้มีอำนาจต้องตรวจสอบ:
ความเชื่อมั่นของฉันมีรากฐานมาจากการเปิดเผย
หรือมาจากประเพณีที่สืบทอดมา?
อำนาจของฉันกำลังสร้างชีวิต
หรือกำลังปกป้องอัตตา?
วินัยของฉันกำลังก่อให้เกิดความชอบธรรม
หรือความกลัวกันแน่?
ผู้มีอำนาจไม่ใช่กลาง
มันจะเพิ่มพูนสิ่งที่มันบรรทุกอยู่

คำถามเพื่อการไตร่ตรอง

1. ฉันมีอำนาจในการตัดสินใจในชีวิตของผู้อื่นในด้านใดบ้าง?
2. การเป็นผู้นำของฉันตั้งอยู่บนพื้นฐานของความจริงหรือความเย่อหยิ่ง?
3. ฉันปกป้องประเพณีมากกว่าการเปิดเผยหรือไม่?
4. การลงโทษของฉันสร้างความรักหรือความหวาดกลัวกันแน่?
5. มีความเชื่ออะไรบ้างที่ฉันไม่เคยพิจารณาอย่างลึกซึ้ง?

ตอบโดยไม่แสดงท่าทีปกป้องตนเอง

การประกาศ

พูดออกมาดัง ๆ:
"ข้าพเจ้าจะแสวงหาการเปิดเผย ไม่ใช่เพียงแค่ประเพณี
อำนาจของข้าพเจ้าจะสะท้อนความจริง วินัยของข้าพเจ้าจะก่อให้เกิดชีวิต
ข้าพเจ้าปฏิเสธความกระตือรือร้นที่ไร้เหตุผล ข้าพเจ้าแสวงหาแสงสว่าง"
จงพูดซ้ำอย่างตั้งใจ

การภาวนาแบบมีโครงสร้าง (40 นาที)

1. การนมัสการ (10 นาที)

จงให้เกียรติพระเจ้าในฐานะผู้ทรงอำนาจสูงสุด

2. การสำนึกผิด (10 นาที)

สารภาพความเย่อหยิ่งหรือขนบธรรมเนียมที่ไม่ได้พิจารณาอย่างถี่ถ้วน

3. การตรัสรู้ (10-15 นาที)

ขอให้ได้รับการเปิดเผยและความเข้าใจ

4. การปรับทิศทางใหม่ (5-10 นาที)

อุทิศอิทธิพลของคุณให้แก่ความจริงของพระเจ้า

ปิดท้ายด้วย:

"ขอให้ความเป็นผู้นำของข้าพเจ้าหยั่งรากอยู่ในแสงสว่าง"

จุดดำเนินการ

วันนี้คุณจะได้ทำสิ่งต่อไปนี้:

1. จงพิจารณาความเชื่อหนึ่งอย่างที่คุณได้รับสืบทอดมาโดยไม่ตั้งคำถาม
2. ศึกษาพระคัมภีร์ข้อใดข้อหนึ่งอย่างลึกซึ้ง แทนที่จะอาศัยการคาดเดา
3. จงขอโทษหากอำนาจของคุณได้ทำร้ายใคร
4. โปรดอธิษฐานเพื่อบรรดาบิดาและผู้นำ
5. มุ่งมั่นที่จะนำทางด้วยความจริงใจและความอ่อนน้อมถ่อมตน

วันที่ 15

พลังแห่งความเชื่อมั่นอันเงียบงัน

เรื่องราวหลัก

เธอเป็นคนแรกที่เปลี่ยนศาสนา
ไม่ใช่ลูกชายของเธอ
ไม่ใช่บาทหลวงที่เทศน์ในที่สาธารณะ
ของเธอ.
ภายในบ้านที่เป็นระเบียบแบบแผนตามหลักศาสนาอิสลาม
ภายใต้สามีที่เข้มงวด และในสภาพแวดล้อมทางศาสนาที่ไม่ยอมรับการเบี่ยงเบนใดๆ
เธอไม่ได้แยกทางกับสามี
เธอไม่ได้ทิ้งบ้านไป เธอไม่ได้แก้แค้น
เธอยังคงอยู่
เธอภาวนา
เธออดทน เธอรับมือกับความตึงเครียด
การเปลี่ยนแปลงของเธอไม่ได้เกิดขึ้นอย่างเอิกเอิก แต่
เป็นการเปลี่ยนแปลงที่เกิดขึ้นจากประสบการณ์ชีวิต
ลูกชายของเธอมองดูอยู่
สามีของเธอแสดงปฏิกิริยาตอบสนอง บรรยากาศในบ้านเปลี่ยนไป
แต่เธอยังคงยืนหยัดอยู่
ประวัติศาสตร์มักเน้นย้ำถึงบทบาทของนักเทศน์ที่ปรากฏให้เห็นได้ชัดเจน
แต่สวรรค์มักจะทำเครื่องหมายผู้ไกล่เกลี่ยที่ซ่อนตัวอยู่
ก่อนที่จะยอมจำนนต่อสาธารณะ
มีการสวดมนต์เป็นการส่วนตัว

หลักยึดพระคัมภีร์

พันธสัญญาเดิม

"ฮันนาห์พูดอยู่ในใจ แต่ริมฝีปากของนางขยับเท่านั้น ไม่มีเสียงใดเล็ดลอดออกมา"

— 1 ซามูเอล 1:13

การภาวนาอย่างเงียบๆ สามารถเปลี่ยนแปลงคนรุ่นต่อรุ่นได้

พันธสัญญาใหม่

"คำอธิษฐานที่จริงใจและทรงพลังของคนชอบธรรมนั้นมีผลมาก"

— ยากอบ 5:16

การวิงวอนขอพรสามารถเปลี่ยนแปลงความเป็นจริงที่มองไม่เห็นได้

บทเรียน

ความแข็งแกร่งไม่ได้แสดงออกด้วยเสียงดังเสมอไป

การเคลื่อนไหวทางจิตวิญญาณที่ทรงพลังที่สุดบางส่วนเริ่มต้นจากคนเพียงคนเดียวที่ปฏิเสธที่จะละทิ้งการอธิษฐาน

แม่ไม่ได้ถกเถียงเรื่องศาสนศาสตร์ทุกวัน แต่

เธอเป็นผู้แสดงให้เห็นถึงความเชื่อมั่นอย่างแน่วแน่

เธอไม่ได้บังคับให้เกิดการเปลี่ยนแปลง แต่

เธอเป็นผู้แบกรับการเปลี่ยนแปลงนั้นเอง

จุดเด่นของเธอคือความสม่ำเสมอ

ผู้เชื่อหลายคนต้องการเห็นอิทธิพลอย่างชัดเจน

น้อยคนนักที่จะเต็มใจแบกรับความอดทนอย่างเงียบๆ

การอธิษฐานไม่ใช่ความอ่อนแอ แต่

เป็นการต่อสู้

ความอดทนไม่ใช่ความเฉื่อยชา

แต่เป็นความแข็งแกร่งภายใต้การควบคุม

หากเธอตอบโต้ด้วยความรุนแรง

ครอบครัวอาจแตกแยกอย่างถาวร

แต่เธอเลือกที่จะอดทนอย่างมีกลยุทธ์

คำถามเพื่อการไตร่ตรอง

1. พระเจ้าทรงเรียกฉันให้ทนทุกข์ทรมานในที่ใด แทนที่จะหลีกหนี?
2. ชีวิตการอธิษฐานของฉันสม่ำเสมอหรือเป็นการตอบสนองต่อสถานการณ์?
3. ฉันละทิ้งสภาพแวดล้อมที่ยากลำบากเร็วเกินไปหรือไม่?
4. ฉันประเมินพลังแห่งความซื่อสัตย์อย่างเงียบๆ ต่ำไปหรือเปล่า?
5. ความสม่ำเสมอของฉันจะส่งผลกระทบต่อคนรุ่นต่อๆ ไปอย่างไรบ้าง?

ตอบช้าๆ

การประกาศ

พูดออกมาดัง ๆ:

“ความสม่ำเสมอของฉันนำมาซึ่งพลัง
การอธิษฐานของฉันจะไม่สูญเปล่า ฉันจะอดทนโดยปราศจากความขมขื่น
ฉันจะสร้างอิทธิพลโดยปราศจากกำลังบังคับ ศรัทธาของฉันจะมั่นคง”

พูดซ้ำด้วยน้ำเสียงใจเย็นๆ

การภาวนาแบบมีโครงสร้าง (40 นาที)

1. การนมัสการ (10 นาที)

จงให้เกียรติพระเจ้าผู้ทรงเห็นในที่ลับ

2. การอธิษฐานขอพร (15 นาที)

อธิษฐานเพื่อครอบครัวของคุณและลูกหลานในอนาคต

3. ความแข็งแกร่ง (10 นาที)

ขอความอดทนในพื้นที่ที่ยากลำบาก

4. การปล่อยวาง (5 นาที)

ปล่อยความอดทนและความหงุดหงิดออกไป

ปิดท้ายด้วย:

“ขอทรงเสริมกำลังข้าพเจ้าด้วยความซื่อสัตย์อย่างเงียบๆ”

จุดดำเนินการ

วันนี้คุณจะได้ทำสิ่งต่อไปนี้:

1. จัดสรรเวลา 20 นาทีเพื่ออธิษฐานโดยไม่ถูกรบกวนสำหรับครอบครัวของคุณ
2. กำจัดนิสัยต่อต้านสังคมอย่างน้อยหนึ่งอย่างในบ้านของคุณ
3. จงเขียนชื่อบุคคลที่คุณจะอธิษฐานเผื่อทุกวันลงไป

4. เลือกทำความดีอย่างน้อยหนึ่งอย่างท่ามกลางสถานการณ์ตึงเครียด
5. จงอธิษฐานวิงวอนอย่างสม่ำเสมอเป็นเวลา 7 วัน

วันที่ 16

เมื่อการถูกตัดสินว่ามีความผิดส่งผลเสียต่อคุณก่อน

เรื่องราวหลัก

ก่อนที่อิซาจะยอมจำนนต่อสาธารณชน พี่ชายของเขาก็ได้ทำผิดกฎไปแล้ว
มีการเอ่ยถึงชื่อของเขา
จุดยืนของเขาปรากฏชัด ความเชื่อมั่นของเขาไม่ได้ถูกปกปิด
เมื่อเขาประกาศความเชื่อของตน ความตึงเครียดก็ปะทุขึ้น
ปฏิกิริยาไม่ได้แสดงออกเพียงแค่คำพูดเท่านั้น
ดาบถูกยกขึ้น
การโจมตีครั้งนั้นมีจุดประสงค์เพื่อสังหาร
นี่ไม่ใช่ความโกรธเชิงสัญลักษณ์
มันเป็นเรื่องจริงจังในระดับที่ต้องลงมือปฏิบัติจริง
แต่การประท้วงไม่เกิดขึ้นจริง
เขาถูกเคลื่อนย้ายออกจากที่นั้นไปยังสถานที่ใกล้เคียงอีกแห่งหนึ่งก่อนที่คมดาบจะถึงตัวเขา
ต่อมาเขาให้การว่าเขาถูกย้ายที่อยู่ด้วยพลังเหนือธรรมชาติ
ช่วงเวลานั้นเปลี่ยนทุกอย่างไป
การตัดสินลงโทษได้ก่อให้เกิดความรุนแรง
การรักษาไว้ซึ่งหลักฐานเผยให้เห็นถึงจุดประสงค์
เขาไม่ได้ตาย
เขาไม่ได้ถอนคำพูด
เขาไม่ได้ถอยหนี
หลายปีต่อมา เขาได้ดำรงตำแหน่งผู้นำในกระทรวง

ชายผู้เกือบถูกฆ่าเพราะพยายามเปลี่ยนศาสนา กลับกลายเป็นคนเลี้ยงแกะ
ขั้นแรกคือการตัดสินลงโทษ
จากนั้นคือการข่มขู่ จากนั้นคือการรักษาไว้ จากนั้นคือการโทรศัพท์

หลักยึดพระคัมภีร์

พันธสัญญาเดิม

"เมื่อพวกเขาโยนเขาเข้าไปในกองไฟ... ไฟก็ไม่ทำอันตรายต่อร่างกายของพวกเขา"
— ดาเนียล 3:27
หลักฐานการอนุรักษ์ยืนยันการมอบหมายงาน

พันธสัญญาใหม่

"พวกเขาเรียกเปโตรและยอห์นมาและสั่งห้ามไม่ให้พูดเลย... แต่เปโตรและยอห์นตอบว่า 'พวกเราไม่อาจหยุดพูดได้'"
— กิจการ 4:18–20
ความเชื่อมั่นจะแสดงออกได้แม้ภายใต้ภัยคุกคาม

บทเรียน

ในทุกครอบครัวจะมีคนสำคัญอันดับแรกเสมอ
คนแรกที่ลุกขึ้นยืน
คนแรกที่พูด คนแรกที่รับรู้ปฏิกิริยา
วิธีแรกมักจะได้รับการต่อต้านมากที่สุด
แต่พวกเขายังทำลายกำแพงนั้นให้กับคนอื่นๆ อีกด้วย
การยืนหยัดของเขาเกิดขึ้นก่อนที่อิซาจะยอมจำนน
การรักษาไว้ซึ่งสิ่งเหล่านั้นกลายเป็นพยานเงียบๆ
ความกล้าหาญของคุณอาจเป็นการปูทางไปสู่การเปลี่ยนแปลงของผู้อื่น
หากเขาล่าถอย
ความหวาดกลัวก็จะยิ่งเพิ่มมากขึ้น
หากเขากลับคำให้
การ อำนาจก็จะยิ่งแข็งแกร่งขึ้นในการต่อต้านความจริง
แต่เขาก็ยังยืนอยู่
การตัดสินของสาธารณชนมีค่าใช้จ่ายสูง

แต่มันมีฤทธิ์เร่งปฏิกิริยา

คำถามเพื่อการไตร่ตรอง

1. ฉันเต็มใจที่จะเป็นผู้นำในการเชื่อฟังหรือไม่?
2. ฉันหลีกเลี่ยงการแสดงความเชื่อมั่นอย่างเปิดเผยในเรื่องใดบ้าง?
3. ความเงียบของฉันได้ทำให้ความกล้าหาญของคนอื่นลดลงไปหรือไม่?
4. ความกลัวอะไรที่ทำให้ฉันไม่กล้ายืนในที่สาธารณะ?
5. ถ้าการรักษาไว้ซึ่งผลสืบเนื่องมาจากการเชื่อฟัง
   พระเจ้าอาจกำลังปกป้องอะไรในตัวฉันอยู่?

ตอบตามความจริง

การประกาศ

พูดออกมาดัง ๆ:

"ฉันจะยืนหยัดแม้ว่าฉันจะเป็นฝ่ายยืนก่อน
ฉันจะไม่ถอยหนีเมื่อถูกคุกคาม การเชื่อฟังของฉันเป็นการเตรียมทางให้ผู้อื่น
พระเจ้าทรงรักษาไว้ซึ่งสิ่งที่พระองค์ทรงกำหนดไว้"

พูดซ้ำด้วยน้ำเสียงหนักแน่น

การภาวนาแบบมีโครงสร้าง (40 นาที)

1. การนมัสการ (10 นาที)

จงให้เกียรติพระเจ้าในฐานะผู้ปกป้องและผู้ค้ำจุน

2. ความกล้าหาญ (10-15 นาที)

ขอพรให้ตนเองมีกำลังใจที่จะยืนหยัดต่อหน้าสาธารณชน

3. การปกป้อง (10 นาที)

อธิษฐานขอการคุ้มครองจากพระเจ้าเหนือการเชื่อฟังที่ปรากฏให้เห็น

4. การอธิษฐานเผื่อผู้อื่น (5 นาที)

อธิษฐานเผื่อคนที่ต้องการกำลังใจ

ปิดท้ายด้วย:

"ฉันยืนหยัดโดยปราศจากความกลัว"

จุดดำเนินการ

วันนี้คุณจะได้ทำสิ่งต่อไปนี้:

1. ระบุหนึ่งด้านที่คุณต้องเป็นผู้นำโดยเป็นแบบอย่างที่ดี
2. แสดงออกถึงการเชื่อฟังอย่างเห็นได้ชัดสักหนึ่งอย่าง
3. ให้กำลังใจคนที่ลังเลให้ลุกขึ้นยืน
4. อ่านดาเนียล บทที่ 3 อย่างช้าๆ
5. อย่าปล่อยให้ความกลัวเข้ามาครอบงำจนเกิดความเงียบงัน

วันที่ 17

เมื่อการเปิดเผยไม่เพียงพอ

เรื่องราวหลัก

ในเมืองไมดูกูรี เกิดเหตุการณ์บางอย่างที่ไม่สามารถอธิบายได้ตามปกติ
เขาเล่าว่าถูกจับตัวไป และถูกพาไปพบกับนรก
เขาสามารถจำคนได้
ไม่ใช่อาชญากร
ไม่ใช่คนแปลกหน้า
ครูอาจารย์
นักวิชาการอิสลาม
สุภาพบุรุษผู้ทรงเกียรติ
บุคคลที่เขาเคยให้เกียรติ
คนเหล่านั้นที่เขาเคยเชื่อว่าเป็นคนดี
เขาได้เห็นความทรมาน
แล้วเขาก็ได้เห็นสวรรค์
ความสงบเรียบร้อย
แสงสว่าง และสันติสุข
เขากลับมาจากการเผชิญหน้าครั้งนั้นด้วยอาการสั่นเทา
แต่เขาไม่ยอมจำนน
การเปิดเผยนั้นทำให้เขารู้สึกไม่สบายใจ
มันยังไม่ทำให้เขาเปลี่ยนใจ
นั่นเป็นความจริงที่น่าหดหู่ที่สุดอย่างหนึ่งในเรื่องราวทั้งหมดนี้
คุณสามารถมองเห็นความจริงทางจิตวิญญาณได้ —
แต่ก็ยังคงต่อต้านอยู่ดี
คุณอาจได้รับการเปิดเผยจากพระเจ้า
แต่ก็ยังคงลังเลที่จะเชื่อฟัง

ข้อมูลไม่ได้เป็นหลักประกันว่าจะเกิดการเปลี่ยนแปลงเสมอไป

หลักยึดพระคัมภีร์

พันธสัญญาเดิม

"บาลาอัมเห็น...ทูตสวรรค์ของพระเยโฮวาห์ยืนอยู่บนทาง...แต่ใจของเขากลับมุ่งหวังแต่รางวัล"

— กันดารวิถี 22:31-32 (บริบท)

การมองเห็นไม่ได้เปลี่ยนแปลงความปรารถนาเสมอไป

พันธสัญญาใหม่

"แม้หลังจากที่พระเยซูทรงทำการอัศจรรย์มากมายต่อหน้าพวกเขาแล้ว
พวกเขาก็ยังไม่เชื่อในพระองค์"

— ยอห์น 12:37

ปาฏิหาริย์ไม่อาจลบล้างเจตจำนงที่แข็งกระด้างได้

บทเรียน

หลายคนขอรับการเปิดเผย

มีคนตอบสนองต่อเรื่องนี้น้อย

คุณอาจพูดว่า:

"ถ้าฉันได้เห็นอะไรที่ทรงพลัง ฉันคงเปลี่ยนแปลงตัวเอง"

แต่หัวใจนั้นลึกซึ้งกว่าประสบการณ์

พระธรรมเปิดเผยความจริง ส่วนเจตจำนง
จะเป็นผู้ตัดสิน

คุณอาจทราบอยู่แล้วว่า:

- ผลที่ตามมาจากการประนีประนอม
- ผลของการทำบาป
- ความเร่งด่วนของการเชื่อฟัง
- ความจริงของความเป็นนิรันดร์

แต่ความรู้ที่ปราศจากการยอมจำนนจะกลายเป็นภาระ

มีช่องว่างอันตรายอยู่ระหว่างการเปิดเผยและการเชื่อฟัง

ยิ่งคุณอยู่ที่นั่นนานเท่าไหร่
การยอมจำนนก็ยิ่งยากขึ้นเท่านั้น

คำถามเพื่อการไตร่ตรอง

1. มีสัจธรรมเกี่ยวกับนิรันดร์กาลอะไรบ้างที่ฉันเคยได้ยิน แต่ยังไม่ได้นำไปปฏิบัติ?
2. ฉันเคยประสบกับความรู้สึกผิดแต่ได้รับการตอบสนองล่าช้าในกรณีใดบ้าง?
3. ฉันควรพึ่งพาประสบการณ์แทนการเชื่อฟังหรือไม่?
4. ฉันมองข้ามการเปิดเผยอะไรไปบ้าง?
5. ถ้าฉันตายวันนี้ ความภักดีของฉันจะชัดเจนหรือไม่?

ตอบอย่างจริงจัง

การประกาศ

ยืนขึ้นและประกาศ:
"การเปิดเผยจะนำฉันไปสู่การเชื่อฟัง
ฉันจะไม่ลังเลที่จะยอมจำนน ฉันจะไม่ดื้อรั้น สิ่งที่พระเจ้าทรงสำแดงให้ฉันเห็น
ฉันจะปฏิบัติตาม"
พูดซ้ำช้าๆ

การภาวนาแบบมีโครงสร้าง (40 นาที)

1. การแสดงความเคารพ (10 นาที)

ไตร่ตรองถึงความเป็นจริงของความเป็นนิรันดร์

2. การสารภาพ (10 นาที)

ระบุสาเหตุที่ทำให้ไม่เชื่อฟังอย่างเฉพาะเจาะจง

3. การยอมจำนน (10-15 นาที)

มอบเจตจำนงของคุณทั้งหมดให้แก่พระคริสต์อีกครั้ง

4. การปรับสมดุล (5 นาที)

ขอให้หัวใจของคุณอ่อนโยนและตอบสนองได้ดี
ปิดท้ายด้วย:
"หัวใจของฉันยังคงอ่อนโยนอยู่เสมอ"

จุดดำเนินการ

วันนี้คุณจะได้ทำสิ่งต่อไปนี้:

1. จงเขียนความจริงข้อหนึ่งที่คุณลังเลที่จะลงมือทำ
2. จงเริ่มแสดงความเชื่อฟังอย่างน้อยหนึ่งอย่างในทันที
3. การไม่วอกแวกแม้เพียงสิ่งรบกวน ถือเป็นสัญญาณของความจริงจัง
4. อ่านยอห์นบทที่ 12 อย่างช้าๆ
5. ใช้เวลา 5 นาทีในการไตร่ตรองถึงความเป็นนิรันดร์อย่างเงียบๆ

วันที่ 18

เมื่อที่ปรึกษาของคุณล้มลง

เรื่องราวหลัก

อิหม่ามท่านนั้นไม่ใช่คนแปลกหน้า
เขาไม่ได้อยู่ห่างเหิน
เขาเป็นผู้ให้คำแนะนำในวัยเด็ก
เขาได้สอนพระคัมภีร์แก่เขา
เขาได้สอนระเบียบวินัยแก่เขา เขาได้สอนความรู้ที่ลึกซึ้งยิ่งขึ้นแก่เขา
เขาได้แนะนำให้เขารู้จักกับแนวทางปฏิบัติทางจิตวิญญาณขั้นสูง
เขาได้หล่อหลอมความเข้าใจของเขาเกี่ยวกับอำนาจ
ความไว้วางใจถูกสร้างขึ้นตั้งแต่แรกเริ่ม
ความเคารพนั้นลึกซึ้งมาก
ความจงรักภักดีนั้นแข็งแกร่งมาก
จากนั้นการเผชิญหน้าก็เกิดขึ้น
ในเหตุการณ์ที่เขาเล่า เขาเห็นเปลวไฟตกลงมาจากสวรรค์
และอิหม่ามก็ถูกตี
ชายผู้ฝึกฝนเขา
ผู้มีอำนาจที่เขานับถือ ครูผู้หล่อหลอมเขา
ไปแล้ว.
ช่วงเวลานั้นไม่ได้เป็นเพียงเรื่องของความตายเท่านั้น
มันกำลังจะล่มสลาย
เมื่อสิ่งที่หล่อหลอมตัวคุณล่มสลาย
คุณย่อมถูกบีบให้ต้องเลือก
คุณจะยึดมั่นในความภักดี
หรือจะตอบสนองต่อการเปิดเผย?
การแยกตัวออกจากผู้แนะนำหรือที่ปรึกษาไม่ใช่เรื่องง่าย

มันเป็นเรื่อง
ที่กระทบกระเทือนจิตใจ มันทำให้รู้สึกสับสน และรู้สึกเหมือนถูกทรยศ
แต่บางครั้งพระเจ้าก็ทรงเผชิญหน้ากับอำนาจที่หล่อหลอมคุณ
เพื่อให้คุณสามารถเปลี่ยนไปภักดีต่อพระองค์ได้อย่างเต็มที่

หลักยึดพระคัมภีร์

พันธสัญญาเดิม

"เมื่อเอลียาห์เดินผ่านไปแล้ว
เอลีชา...ก็ฆ่าโค...เผาอุปกรณ์ไถนา...แล้วก็ติดตามเอลียาห์ไป"
— 1 พงศ์กษัตริย์ 19:21
การเปลี่ยนแปลงต้องอาศัยการแยกจากกัน

พันธสัญญาใหม่

"ผู้ใดรักบิดามารดามากกว่าเรา ผู้นั้นไม่สมควรเป็นศิษย์ของเรา"
— มัทธิว 10:37
ความจงรักภักดีต้องสำคัญกว่าความผูกพัน

บทเรียน

ผู้ให้คำปรึกษาช่วยหล่อหลอมตัวตน
บิดาทางจิตวิญญาณมีบทบาทสำคัญในการกำหนดมุมมองต่อโลก
ครูมีบทบาทสำคัญในการปลูกฝังความเชื่อมั่น
แต่ไม่มีผู้แนะนำคนใดสำคัญไปกว่าความจริง
ความภักดีจะกลายเป็นอันตรายเมื่อมันบดบังความจริงที่เปิดเผย
การละทิ้งระบบที่สืบทอดมาอาจทำให้รู้สึกรุนแรงภายในใจ
คุณจะสูญเสียความคุ้นเคย
คุณจะสูญเสียโครงสร้าง คุณจะสูญเสียการยอมรับ
คุณอาจถึงขั้นเสียใจก็ได้
แต่การเติบโตต้องอาศัยการละวางจากสิ่งที่ไม่เป็นความจริงอีกต่อไป
ไฟที่โหมกระหน่ำใส่ผู้ให้คำปรึกษานั้นไม่ได้มีจุดประสงค์เพื่อทำลายล้างเพียงอย่างเดียว
มันเกี่ยวกับการเปิดเผยข้อมูล
บางครั้งพระเจ้าอาจทำลายอำนาจที่คุณเคยพึ่งพา

ไม่ใช่เพื่อทำลายคุณ
แต่เพื่อปลดปล่อยคุณให้เป็นอิสระ

คำถามเพื่อการไตร่ตรอง

1. ใครเป็นผู้หล่อหลอมอัตลักษณ์ทางจิตวิญญาณของฉันมากที่สุด?
2. ฉันเคยยกย่องผู้แนะนำคนใดเหนือความจริงหรือไม่?
3. ฉันจะปกป้อง ระบบ ที่ฉันไม่เคยตรวจสอบได้อย่างไร?
4. ฉันกลัวที่จะตั้งคำถามกับอำนาจใด?
5. ความภักดีของฉันมีต่อพระคริสต์ หรือต่อบุคคลใดบุคคลหนึ่ง?

โปรดตอบอย่างระมัดระวัง

การประกาศ

พูดออกมาดัง ๆ:
"ความจงรักภักดีของฉันมีต่อพระคริสต์เหนือสิ่งอื่นใด
ไม่มีผู้แนะนำคนใดสำคัญไปกว่าความจริง ฉันละทิ้งความภักดีที่ผิดที่ผิดทาง
ฉันเลือกการเปิดเผยเหนือประเพณี"
พูดซ้ำช้าๆ

การภาวนาแบบมีโครงสร้าง (40 นาที)

1. การแสดงความเคารพ (10 นาที)

จงให้เกียรติพระคริสต์ในฐานะผู้มีอำนาจสูงสุด

2. การปล่อยวาง (10-15 นาที)

ระบุความภักดีที่ผิดที่ผิดทางใดๆ และละทิ้งมันไป

3. การเยียวยา (10 นาที)

อธิษฐานขอให้เกิดความกระจ่างทางอารมณ์ในส่วนที่การแยกจากกันทำให้เจ็บปวด

4. การปรับตัว (5 นาที)

ยืนยันอีกครั้งว่าพระคริสต์คือพระเจ้าองค์เดียวของคุณ
ปิดท้ายด้วย:
"ความภักดีของผมได้ตัดสินใจแล้ว"

จุดดำเนินการ

วันนี้คุณจะได้ทำสิ่งต่อไปนี้:

1. ระบุความเชื่อหนึ่งอย่างที่สืบทอดมาโดยปราศจากการตรวจสอบ
2. ศึกษาพระคัมภีร์ด้วยตนเองในประเด็นนั้น
3. ขจัดความพึ่งพาที่ไม่ดีต่อสุขภาพต่อบุคลิกภาพออกไป
4. จงอธิษฐานขอให้เกิดความกระจ่างทางจิตวิญญาณ
5. เสริมสร้างความสัมพันธ์โดยตรงของคุณกับพระคริสต์ให้แข็งแกร่งยิ่งขึ้น

วันที่ 19

เมื่อสวรรค์เคลื่อนไหว —
แต่มีเพียงผู้เดียวเท่านั้นที่ตอบสนอง

เรื่องราวหลัก

ไฟลุกไหม้
อาจารย์ที่ปรึกษาตกตะลึง
ผู้ที่อยู่ในเหตุการณ์ได้เห็นบางสิ่งบางอย่าง
แต่พวกเขาไม่ได้เห็นสิ่งที่เขาเห็น
บางคนเห็นเพียงบาดแผลบวมเท่านั้น
บางคนได้รับบาดเจ็บ
บางคนเห็นผลกระทบที่ตามมา
แต่เขาได้เห็นการแทรกแซงจากพระเจ้า
เหตุการณ์เดียวกัน แต่
การรับรู้ต่างกัน ผลลัพธ์จึงต่างกัน
ไม่ใช่ทุกคนที่เฝ้ามองเหตุการณ์ไฟไหม้จะสำนึกผิด
ไม่ใช่ทุกคนที่เปลี่ยนศาสนา
แต่มีชายคนหนึ่งที่ถูกหมายตาไว้
ไฟนั้นไม่ได้จุดเพื่อฝูงชน
มันเป็นเพื่อเขา
สวรรค์ไม่ได้เคลื่อนไหวด้วยคะแนนเสียงข้างมาก
สวรรค์เคลื่อนไหวตามภารกิจที่กำหนดไว้

หลักยึดพระคัมภีร์

พันธสัญญาเดิม

“แล้วพระเจ้าทรงตอบโยบจากท่ามกลางพายุหมุน...”
— โยบ 38:1
เมื่อพระเจ้าตรัส พระองค์จะตรัสกับพระองค์เป็นการส่วนตัวก่อนที่จะตรัสกับผู้อื่น
พันธสัญญาใหม่
“ทันใดนั้นแสงสว่างจากสวรรค์ก็ส่องวาบรอบตัวเขา...
พวกคนที่เดินทางมากับเขายืนนิ่งอยู่ตรงนั้นพูดไม่ออก พวกเขา
ได้ยินเสียงแต่ไม่เห็นใครเลย”
— กิจการ 9:3–7
พอลล้มลง
คนอื่นๆ ยืนอยู่
เขาได้ยินคำพูดเหล่านั้น
พวกเขาได้ยินเสียง
เหตุการณ์เดียวกัน แต่
เป็นการเผชิญหน้าคนละแบบ

บทเรียน
ไม่ใช่ทุกคนที่ได้เห็นอำนาจจะประสบกับการเปลี่ยนแปลง
ฝูงชนสามารถเฝ้าดูได้ และ
คนเราสามารถสำนึกผิดได้
สวรรค์ไม่ยินดีเมื่อเมืองต่างๆ แสดงปฏิกิริยาทางอารมณ์ออกมา
พระคัมภีร์กล่าวว่า:
“เหล่าทูตสวรรค์ของพระเจ้าต่างยินดีเมื่อคนบาปคนหนึ่งกลับใจ”
— ลูกา 15:10
อย่างแรกเลย
พระเจ้าจะทรงเคลื่อนฟ้าเคลื่อนแผ่นดิน
ไฟสามารถลุกโชนเพื่อหัวใจดวงเดียวได้
ความตาบอดอาจเกิดขึ้นได้กับอาชีพใดอาชีพหนึ่ง
พายุหมุนสามารถเป็นกระบอกเสียงให้กับคนดีคนหนึ่งได้
อย่าวัดความยิ่งใหญ่ของพระเจ้าจากจำนวน ผู้ตอบ รับ
วัดได้จากความเชื่อฟัง

ถ้าไม่มีใครตอบกลับ —
แต่คุณตอบกลับ — สวรรค์ก็จะยินดี

คำถามเพื่อการไตร่ตรอง

1. ฉันเคยคิดไปเองหรือเปล่าว่าปาฏิหาริย์ที่มองเห็นได้จะรับประกันการกลับใจครั้งใหญ่?
2. ฉันกำลังรอความคิดเห็นของคนอื่นก่อนจึงจะตอบใช่ไหม?
3. ฉันเคยเพิกเฉยต่อประสบการณ์อันศักดิ์สิทธิ์เพราะคนอื่นๆ ไม่เปลี่ยนแปลงหรือเปล่า?
4. พระเจ้าได้ทรงทำอะไรให้ฉันเป็นการส่วนตัวบ้างที่คนอื่นมองไม่เห็น?
5. ถ้าฉันเป็นคนเดียวที่ตอบสนอง ฉันจะยังคงเชื่อฟังอยู่หรือไม่?

ตอบอย่างลึกซึ้ง

การประกาศ

พูดออกมาดัง ๆ:
"หากสวรรค์เคลื่อนไหว ฉันก็จะตอบสนอง
แม้ว่าฉันจะยืนอยู่คนเดียวก็ตาม การพบปะกับพระเจ้าเป็นเรื่องส่วนตัว ฉันจะไม่รอฝูงชน
ฉันเลือกที่จะกลับใจ"
พูดซ้ำช้าๆ

การภาวนาแบบมีโครงสร้าง (40 นาที)

1. การแสดงความเคารพ (10 นาที)

ยอมรับอำนาจสูงสุดของพระเจ้าในการพบปะส่วนตัว

2. การแสดงความกตัญญู (10 นาที)

ขอบคุณพระองค์สำหรับการเปิดเผยส่วนตัวในชีวิตของคุณ

3. การยอมจำนน (10-15 นาที)

เสนอตัวเองอีกครั้งในฐานะ "ผู้" ที่ตอบสนอง

4. การอธิษฐานเผื่อผู้อื่น (5 นาที)

อธิษฐานเพื่อผู้อื่น แต่จงอย่าล่าช้าในการเชื่อฟังพระองค์
ปิดท้ายด้วย:
"ขอให้ฉันเป็นคนตอบเถอะ"

จุดดำเนินการ

วันนี้คุณจะได้ทำสิ่งต่อไปนี้:

1. ลองนึกถึงช่วงเวลาอันแสนพิเศษในชีวิตของคุณที่คนอื่นมองข้ามไป
2. จงจดบันทึกว่าช่วงเวลานั้นเปลี่ยนแปลงคุณไปอย่างไร
3. อย่ารอให้มีการตกลงร่วมกันก่อนแล้วค่อยปฏิบัติตาม
4. อ่านพระธรรมกิจการบทที่ 9 อย่างช้าๆ
5. ขอขอบคุณพระเจ้าที่ทรงช่วยเหลือผู้คนทุกคน

บทเรียนดิบๆ

บางคนเห็นบาดแผล

เขาเห็นไฟ

บางคนได้รับบาดเจ็บ

เขาได้เห็นการเปิดเผยตัวตน

บางคนเห็นชายคนหนึ่งล้มลง

เขาได้เห็นอำนาจล่มสลาย

เหตุการณ์เดียวกัน แต่

จิตใจต่างกัน

คุณไม่สามารถควบคุมสิ่งที่คนอื่นมองคุณได้

คุณสามารถควบคุมวิธีการตอบสนองของคุณได้

สวรรค์ยินดีปรีดาเหนือคนผู้นี้

จงเป็นคนนั้น

วันที่ 20

เพื่อเห็นแก่คนคนหนึ่ง

เรื่องราวหลัก

ไฟลุกไหม้
มีผู้เข้าร่วมจำนวนมาก
มีเพียงคนเดียวเท่านั้นที่สำนึกผิด
ในเมืองไมดูกูรี เมื่อเขาถูกนำตัวไปและได้เห็นนรกและสวรรค์ ก็มีคนอื่นๆ
อยู่รอบตัวเขาด้วย
แต่มีเพียงเขาคนเดียวที่ถูกจับไป
มีเพียงเขาเท่านั้นที่ได้เห็นเมืองนั้น
มีเพียงเขาเท่านั้นที่ได้เห็นความทุกข์ทรมาน
มีเพียงเขาเท่านั้นที่ได้เดินผ่านสิ่งที่เขาบรรยายว่าเป็นเมืองสีทองอันงดงาม
มีเพียงเขาเท่านั้นที่กลับมาด้วยความรู้สึกไม่สบายใจ
มีผู้เข้าร่วมจำนวนมาก
มีการแสดงให้เห็นหนึ่งรายการ
การเผชิญหน้าครั้งนี้ไม่ได้จัดขึ้นเพื่อเป็นการหยอกล้อให้คนดูตื่นเต้น
มันถูกออกแบบมาเพื่อการแปลงสภาพ
สวรรค์ไม่ต้องการฝูงชนเพื่อเป็นเหตุผลในการเคลื่อนไหว
สวรรค์ยอมเคลื่อนไหวเพื่อคนๆ หนึ่ง

หลักยึดพระคัมภีร์

พันธสัญญาเดิม

“ แล้ว พระเจ้าตรัสกับซาตานว่า ‘เจ้าได้พิจารณาโยบผู้รับใช้ของเราบ้างหรือไม่?’”
— โยบ 1:8

สวรรค์จะหยุดนิ่งเพื่อชายคนหนึ่ง

ไม่ใช่ประเทศ แต่
เป็นประเทศเดียว
พันธสัญญาใหม่
“ในพวกท่านนั้น ใครเล่ามีแกะร้อยตัว ถ้าแกะตัวหนึ่งหายไป
เขาจะไม่ทิ้งแกะเก้าสิบเก้าตัวไว้จนกว่าจะหาเจอ?”
— ลูกา 15:4
สวรรค์ปล่อยให้คนจำนวนมากมาช่วยคนเพียงคนเดียว
และอีกครั้ง:
“เหล่าทูตสวรรค์ของพระเจ้าต่างยินดีเมื่อคนบาปคนหนึ่งกลับใจ”
— ลูกา 15:10
ไม่ใช่หลายพัน แต่
เป็นหนึ่ง

บทเรียน
การเผยแพร่ศาสนาในยุคปัจจุบันมักวัดความสำเร็จด้วยจำนวนตัวเลข
ขนาดของฝูงชน จำนวน
ผู้เข้าร่วมงาน ตัวชี้วัด
แต่สวรรค์นั้นวัดแตกต่างออกไป
คุณภาพของการยอมจำนน
ความลึกซึ้งของการถ่ายทอด ความจริงใจของการสำนึกผิด
ในเหตุการณ์ไฟไหม้ครั้งนั้น มีคนอื่นๆ เฝ้าดูอยู่ แต่มีเพียงคนเดียวเท่านั้นที่หัวใจแตกสลาย
ในเมืองไมดูกูรี มีคนอื่นๆ อยู่ที่นั่นด้วย
แต่มีเพียงคนเดียวเท่านั้นที่ถูกพาไปชมสวรรค์และนรก
เมืองทองคำไม่ได้ถูกเปิดเผยเพื่อความบันเทิง
มีการเปิดเผยว่าเป็นการเผชิญหน้ากับความภักดี
คุณสามารถเทศนาสั่งสอนผู้คนนับพันได้
แต่สวรรค์อาจกำลังเคลื่อนไหวเพื่อคนคนหนึ่ง
หากผู้ใดเปลี่ยนความจงรักภักดี
สวรรค์ย่อมยินดี
พระเจ้าไม่จำเป็นต้องได้รับการตอบสนองจากมวลชนเพื่อยืนยันการกระทำของพระองค์
เขาจำเป็นต้องยอมจำนน

คำถามเพื่อการไตร่ตรอง

1. ฉันวัดผลกระทบทางจิตวิญญาณด้วยตัวเลขหรือเปล่า?
2. ฉันประเมินค่าการเปลี่ยนแปลงตนเองต่ำเกินไปหรือเปล่า?
3. ถ้าฉันเป็นคนเดียวที่ตอบสนอง ฉันจะยังคงเชื่อฟังอยู่หรือไม่?
4. ฉันกำลังรอให้กลุ่มมีกระแสนับสนุนก่อนจึงค่อยตัดสินใจใช่หรือไม่?
5. ฉันให้ความสำคัญกับความลึกซึ้งมากเท่ากับความชัดเจนหรือไม่?

ตอบโดยไม่ต้องแสดงผลงาน

การประกาศ

พูดออกมาดัง ๆ:

"ฉันจะไม่วัดการกระทำของพระเจ้าด้วยตัวเลข
ถ้าสวรรค์เคลื่อนไหวเพื่อฉัน ฉันจะตอบสนอง
ฉันให้คุณค่ากับความลึกซึ้งมากกว่าการแสดงออก ฉันเลือกคุณภาพมากกว่าปริมาณ
ขอให้ฉันเป็นคนนั้น"

พูดซ้ำช้าๆ

การภาวนาแบบมีโครงสร้าง (40 นาที)

1. การแสดงความเคารพ (10 นาที)

ยอมรับว่าพระเจ้าทรงมองเห็นแต่ละบุคคล

2. ความกตัญญู (10 นาที)

ขอบคุณพระองค์สำหรับประสบการณ์ส่วนตัวต่างๆ ในชีวิตของคุณ

3. การยอมจำนน (10-15 นาที)

มอบตัวเองอย่างเต็มที่ แม้ว่าจะไม่มีใครเข้าร่วมด้วยก็ตาม

4. การอธิษฐานขอพร (5 นาที)

อธิษฐานขอให้บุคคลใดบุคคลหนึ่งได้พบกับพระคริสต์

ปิดท้ายด้วย:

"ถึงแม้ฉันจะยืนอยู่คนเดียว ฉันก็จะเชื่อฟัง"

จุดดำเนินการ

วันนี้คุณจะได้ทำสิ่งต่อไปนี้:

1. อย่าเอาความสำเร็จทางจิตวิญญาณไปเปรียบเทียบกับขนาดของฝูงชน
2. จงตั้งใจอธิษฐานเพื่อบุคคลใดบุคคลหนึ่งโดยเอ่ยชื่อเขา/เธอ
3. จงจดบันทึกสิ่งที่พระเจ้าได้ทรงทำเพื่อคุณเป็นการส่วนตัว
4. อ่านลูกา บทที่ 15 อย่างช้าๆ
5. ให้ความสำคัญกับเนื้อหาที่มีคุณภาพมากกว่าความนิยม

รูปแบบที่ลึกกว่า

พอลล้มลง
คนอื่นๆ ได้ยินเสียงนั้น
งานได้รับการทดสอบแล้ว
โลกยังคงดำเนินต่อไป
คนเลี้ยงแกะทิ้งไว้เก้าสิบเก้าตัว
อย่างแรกเลย
ในเมืองไมดูกูรี:
หลายคนอยู่ใกล้ชิด มีเพียงคนเดียวเท่านั้นที่ได้เห็นสวรรค์
มีเพียงคนเดียวเท่านั้นที่ได้เห็นเมืองทองคำ
และมีเพียงคนเดียวเท่านั้นที่กลับมาพร้อมความวุ่นวายภายในใจ
สวรรค์ไม่จำเป็นต้องมีความเห็นพ้องต้องกันจากคนส่วนใหญ่
สวรรค์แสวงหาหัวใจที่ยอมจำนน
จงเป็นหัวใจดวงนั้น

วันที่ 21

ถูกยิง ถูกทำร้าย สันนิษฐานว่าเสียชีวิตแล้ว

เรื่องราวหลัก

ก่อนหน้านี้สถานการณ์การต่อต้านได้ทวีความรุนแรงขึ้นแล้ว
ภัยคุกคามนั้นเป็นเรื่องจริง
แต่ครั้งนี้ไม่ใช่การเตือนล่วงหน้า
มันคือการประหารชีวิต
เขาถูกทำร้าย
เสียงปืนดังสนั่น
กระสุนทะลุเข้าสู่ร่างกายของเขา
โลหะกระแทกศีรษะเขาอย่างแรง
เลือดไหลออกมาจากหนังศีรษะของเขา
แรงกระแทกนั้นน่าจะทำให้กระดูกแตกละเอียด
กะโหลกศีรษะไม่แตก
เลือดออกรุนแรงมาก
เขาถูกยิง
เขาหมดสติ และถูกสันนิษฐานว่าเสียชีวิตแล้ว
เขาถูกนำตัวขึ้นรถ ไม่ใช่เพื่อการช่วยเหลือ แต่ในฐานะผู้เสียชีวิตคนหนึ่ง
แต่เขายังไม่ตาย
เขาฟื้นคืนสติ
ต่อมาเขาเล่าว่ามีการนำกระสุนหลายนัดออกจากร่างกายของเขา
โลหะแทรกซึมเข้าไปในเนื้อเยื่อ แต่ไม่ทำลายอวัยวะสำคัญ
บาดแผลที่ศีรษะมีเลือดไหลออกมามาก แต่กะโหลกศีรษะยังคงสภาพสมบูรณ์
แพทย์ไม่สามารถอธิบายได้ว่าทำไมความเสียหายจึงไม่รุนแรงไปกว่านี้
นี่ไม่ใช่ความรู้สึกไม่สบายตัวเลยแม้แต่น้อย
นี่เป็นเหตุการณ์เฉียดตาย

และนี่ไม่ใช่ความพยายามครั้งแรก
จากคำบอกเล่าของเขา มีความพยายามลอบสังหารหลายครั้ง มากกว่าเจ็ดครั้ง
การอนุรักษ์ไม่ใช่แค่ทฤษฎี
เหตุการณ์นั้นเกิดขึ้นซ้ำแล้วซ้ำอีก
เนื่องจากอาการบาดเจ็บสาหัสและภัยคุกคามที่ยังคงมีอยู่
จึงมีการแทรกแซงจากระดับชาติให้ส่งตัวเขาไปรักษาตัวที่สหรัฐอเมริกา
การเอาชีวิตรอดได้เปลี่ยนจากเรื่องมหัศจรรย์กลายมาเป็นข้อบังคับ
เขาไม่ได้ตาย
แต่ราคาที่ต้องจ่ายคือเลือดเนื้อ

หลักยึดพระคัมภีร์

พันธสัญญาเดิม

"แม้คนนับพันจะล้มลงข้างกายท่าน และหมื่นคนจะล้มลงทางขวามือของท่าน
แต่ภัยนั้นก็จะไม่เข้ามาใกล้ท่าน"
— สดุดี 91:7
การอยู่ใกล้ความตายไม่ได้หมายถึงความพ่ายแพ้

พันธสัญญาใหม่

"พวกเขาขว้างก้อนหินใส่เปาโลและลากเขาออกไปนอกเมือง คิดว่าเขาตายแล้ว
แต่เมื่อเหล่าสาวกมาล้อมรอบเขา เขาก็ลุกขึ้นมา..."
— กิจการ 14:19-20
สันนิษฐานว่าเสียชีวิตแล้ว
แต่ยังไม่เสร็จสมบูรณ์

บทเรียน

มีบางช่วงเวลาที่การเชื่อฟังต้องแลกมาด้วยเลือดเนื้อ
ไม่ใช่ความไม่สะดวกในเชิงเปรียบเทียบ
ไม่ใช่ความอึดอัดทางสังคม
แต่เป็นการสูญเสียที่แท้จริง
อย่างไรก็ตาม การเอาชีวิตรอดภายใต้การโจมตีระดับนั้นก่อให้เกิดคำถามขึ้นมาว่า:
ทำไมฉันถึงถูกเก็บรักษาไว้?
ไม่ใช่ทุกคนที่จะรอดชีวิตจากกระสุนปืน

ไม่ใช่ทุกคนที่จะรอดชีวิตจากการพยายามซ้ำแล้วซ้ำเล่า
หากมีการดำเนินการอนุรักษ์ซ้ำ
การมอบหมายงานจะต้องมีความจริงจัง
คุณอาจไม่เคยเผชิญหน้ากับกระสุนปืนเลยก็ได้

แต่คุณก็เคยเผชิญกับช่วงเวลาที่อาจจบชีวิตคุณไปแล้ว:

- วิกฤตทางกายภาพ
- อุบัติเหตุ.
- ทรุด.
- ภาวะทางอารมณ์ที่ย่ำแย่
- การตัดสินใจที่อาจทำลายอนาคตของคุณได้

คุณยังอยู่ที่นี่
การอนุรักษ์ก่อให้เกิดความรับผิดชอบเพิ่มมากขึ้น
ยิ่งการอนุรักษ์เข้มข้นมากเท่าไร
ภารกิจนั้นก็ยิ่งสำคัญมากขึ้นเท่านั้น

คำถามเพื่อการไตร่ตรอง

1. ฉันรอดพ้นจากอะไรมาบ้างที่มันควรจะจบลงแตกต่างออกไป?
2. ฉันมองข้ามความสำคัญของการถนอมอาหารหรือเปล่า?
3. ภารกิจใดที่จะทำให้ฉันมีโอกาสรอดชีวิต?
4. ฉันใช้ชีวิตอย่างระมัดระวังหรือประมาทกันแน่?
5. ถ้าฉันเชื่ออย่างแท้จริงว่าชีวิตของฉันถูกกำหนดมาเพื่อจุดประสงค์บางอย่าง อะไรจะเปลี่ยนแปลงไปบ้าง?

เขียนให้เจาะจง

การประกาศ

ยืนขึ้นและประกาศ:
“ฉันไม่ได้มีชีวิตอยู่โดยบังเอิญ
สิ่งที่ควรจะทำลายฉันกลับไม่เกิดขึ้น การมีชีวิตอยู่ของฉันคือภารกิจ
ฉันจะไม่ปล่อยให้ชีวิตที่ได้รับมาสูญเปล่า”

พูดซ้ำด้วยความมั่นใจ

การภาวนาแบบมีโครงสร้าง (45 นาที)

1. ความกตัญญู (10 นาที)

ขอบคุณพระเจ้าที่ทรงรักษาชีวิตไว้

2. การแสดงความเคารพ (10 นาที)

ไตร่ตรองถึงความใกล้ชิดที่ภัยพิบัติเกือบจะเกิดขึ้น

3. การยอมจำนน (15 นาที)

มอบอนาคตของคุณทั้งหมดให้กับพระประสงค์ของพระองค์

4. ความกล้าหาญ (10 นาที)

ขอความกล้าหาญเพื่อทำภารกิจให้สำเร็จโดยปราศจากความกลัว

ปิดท้ายด้วย:

"หากพระองค์ทรงรักษาข้าพเจ้าไว้ โปรดใช้ข้าพเจ้าด้วยเถิด"

จุดดำเนินการ

วันนี้คุณจะได้ทำสิ่งต่อไปนี้:

1. จดบันทึกช่วงเวลาที่เกือบทำลายชีวิตคุณ
2. จงสำนึกผิดต่อการใช้ชีวิตอย่างไม่ระมัดระวัง
3. กำจัดพฤติกรรมทำลายตนเองออกไปหนึ่งอย่าง
4. จงสวดบทเพลงสดุดี 91 ออกเสียงดังๆ
5. ก้าวแรกอย่างกล้าหาญสู่การโทรติดต่อ

ความจริงที่ดิบเถื่อน

เลือดไหลนอง

โลหะกระแทกกระดูก

กระสุนทะลุเนื้อหนัง

เขาถูกหามออกไปราวกับว่าหมดสภาพแล้ว

แต่เขาก็ลุกขึ้นยืนได้

เช่นเดียวกับเปาโล ที่หลายคนเข้าใจผิดคิดว่าตายไปแล้ว แต่ความจริงยังไม่จบสิ้น

การอนุรักษ์ภายใต้ความรุนแรงไม่ได้สร้างความภาคภูมิใจ

มันสร้างความเร่งด่วน

วันที่ 22

รักษาไว้ในขนาดที่เหมาะสม

เรื่องราวหลัก

การโจมตีครั้งนี้ไม่ใช่การโจมตีเชิงสัญลักษณ์
เสียงปืนดังสนั่น
กระสุนทะลุเข้าสู่ร่างกายของเขา
โลหะกระแทกศีรษะเขาอย่างแรง
เลือดไหลอาบใบหน้าของเขา
พยานเชื่อว่าเขาเสียชีวิตแล้ว
เขาถูกนำตัวไปในสภาพที่หมดสภาพแล้ว
แต่เขายังไม่จบแค่นั้น
เขาฟื้นคืนสติ
ต่อมาแพทย์ได้ผ่าตัดเอาลูกกระสุนหลายนัดออกจากร่างกายของเขา
โลหะได้แทรกเข้าไปในเนื้อเยื่อ แต่ส่วนอวัยวะสำคัญไม่ได้รับอันตราย
บาดแผลที่ศีรษะมีเลือดไหลออกมามาก แต่กะโหลกศีรษะไม่แตกหัก
ความเสียหายที่เกิดขึ้นน่าจะร้ายแรงมาก
ไม่ใช่อย่างนั้น
นี่ไม่ใช่การบาดเจ็บเล็กน้อย
นี่เกือบจะเป็นการประหารชีวิตแล้ว
และนี่ไม่ใช่ความพยายามครั้งแรก
จากคำบอกเล่าของเขา มีความพยายามลอบสังหารหลายครั้ง มากกว่าเจ็ดครั้ง
การอนุรักษ์ได้กลายเป็นเรื่องซ้ำซาก
ระดับภัยคุกคามเพิ่มสูงขึ้น
มันลุกลามใหญ่โตเกินกว่าความขัดแย้งในท้องถิ่นแล้ว
เรื่องนี้กลายเป็นประเด็นระดับชาติ
ในขณะนั้น ประธานาธิบดีของไนจีเรียคือ กู๊ดลัก โจนาธาน ซึ่งเป็นผู้นำทางศาสนาคริสต์

การแทรกแซงเกิดขึ้นในระดับสูงสุด
ได้มีการจัดเตรียมการส่งตัวเขาไปตรวจและรักษาที่สหรัฐอเมริกา
หลังถูกยิง
หลังเสียเลือด หลังได้รับบาดเจ็บที่ศีรษะ
เขาได้รับการตรวจร่างกายอย่างละเอียดถี่ถ้วน
ผลการค้นพบนั้นชัดเจน:
ยังมีชีวิตอยู่
สติสัมปชัญญะสมบูรณ์ ไม่มีภาวะความเสียหายทางระบบประสาทถาวร
ไม่มีกระดูกกะโหลกร้าว ไม่มีภาวะความบกพร่องทางโครงสร้าง
เขารอดชีวิตมาได้อย่างปลอดภัย
แต่ภัยอันตรายก็ยังไม่หมดไป
การป้องกันจึงกลายเป็นสิ่งจำเป็น
มีการจัดเจ้าหน้าที่คุ้มกัน
การเคลื่อนไหวเป็นไปอย่างระมัดระวัง
การเดินทางไม่ใช่เรื่องธรรมดาอีกต่อไป
เจ้าหน้าที่รักษาความปลอดภัยล้อมรอบตัวเขา
เมื่อชายคนหนึ่งต้องเดินทางโดยมีผู้คุ้มกัน นั่นหมายความว่าภัยคุกคามนั้นเป็นเรื่องจริง
การอนุรักษ์เริ่มปรากฏให้เห็นแล้ว
เขายังมีชีวิตอยู่
แต่เขามีเครื่องหมายประจำตัว

หลักยึดพระคัมภีร์

พันธสัญญาเดิม

“ดาเนียลถูกช่วยขึ้นมาจากถ้ำโดยไม่มีบาดแผลใดๆ เพราะเขาเชื่อในพระเจ้าของเขา”
— ดาเนียล 6:23

โยนเข้าไป.
ยกขึ้นมา. ภายในไม่ถูกแตะต้อง.

พันธสัญญาใหม่

“ผู้บัญชาการสั่งให้พาเปาโลเข้าไปในค่ายทหาร...และสั่งให้ทหารเฝ้ารักษาการณ์เขา”
— กิจการ 23:10

ได้รับการคุ้มครองเนื่องจากการจัดสรรยังคงอยู่

บทเรียน

การอนุรักษ์ในระดับนี้ไม่ใช่เรื่องที่น่าพึงพอใจ
นี่เป็นการยืนยันแล้ว
เมื่อกระสุนไม่ทำให้คุณตาย
เมื่อกะโหลกศีรษะไม่แตก เมื่อการตรวจสอบไม่พบความเสียหายถาวร
เมื่อหน่วยงานของรัฐเข้ามาแทรกแซง เมื่อมีการจัดเจ้าหน้าที่คุ้มกัน —
คุณต้องถามว่า:
ทำไมฉันถึงรอด?
การอยู่รอดนำมาซึ่งความรับผิดชอบ
การคุ้มครองช่วยเพิ่มความรับผิดชอบ
หากพระเจ้าทรงปกป้องคุณอย่างลับๆ
จงรู้สึกขอบคุณ
หากพระองค์ทรงปกป้องคุณในที่สาธารณะ
จงมีสติสัมปชัญญะ
หากพระองค์ทรงปกป้องคุ้มครองท่าน
อย่าประมาทเลินเล่อ
คุณไม่ได้มีชีวิตอยู่เพื่อความสะดวกสบาย
คุณยังมีชีวิตอยู่เพื่อรับภารกิจ

คำถามเพื่อการไตร่ตรอง

1. ฉันรอดชีวิตจากเหตุการณ์ที่ควรจะจบลงแตกต่างออกไปหรือเปล่า?
2. ฉันปฏิบัติต่อสิ่งมีชีวิตที่ถูกเก็บรักษาไว้อย่างไม่ใส่ใจหรือเปล่า?
3. การได้รับการละเว้นโทษนั้นมาพร้อมกับความรับผิดชอบอะไรบ้าง?
4. ฉันใช้ชีวิตอย่างมีเป้าหมายหรือไม่?
5. ถ้าพระเจ้าทรงประทานการคุ้มครองรอบตัวฉัน
   ชีวิตของฉันจะคู่ควรกับการคุ้มครองนั้นหรือไม่?

ตอบตามความจริง

การประกาศ

ยืนขึ้นและประกาศ:

"ชีวิตของฉันถูกกำหนดไว้เพื่อจุดประสงค์
บางอย่าง สิ่งที่ควรจะทำลายฉันกลับไม่เกิดขึ้น ฉันจะใช้ชีวิตอย่างมีความรับผิดชอบ
ฉันจะไม่ปล่อยให้พระเมตตาของพระเจ้าสูญ
เปล่า การกำหนดชีวิตนี้เป็นการยืนยันถึงภารกิจที่ได้รับมอบหมาย"
พูดซ้ำช้าๆ

การภาวนาแบบมีโครงสร้าง (45 นาที)

1. ความกตัญญู (10 นาที)

ขอบคุณพระเจ้าที่ทรงรักษาชีวิตไว้

2. การแสดงความเคารพ (10 นาที)

ตระหนักถึงความใกล้ชิดที่ภัยพิบัติเกือบจะเกิดขึ้น

3. การมอบถวาย (15 นาที)

มอบอนาคตของคุณให้แก่พระเจ้าอย่างตั้งใจ

4. ภารกิจ (10 นาที)

ขอความกล้าหาญเพื่อทำตามสิ่งที่ตนถูกเรียกให้ทำ
ปิดท้ายด้วย:
"หากพระองค์ทรงรักษาข้าพเจ้าไว้ โปรดใช้ข้าพเจ้าด้วยเถิด"

จุดดำเนินการ

วันนี้คุณจะได้ทำสิ่งต่อไปนี้:

1. จดบันทึกช่วงเวลาที่คุณได้รับการปกป้องไว้
2. กำจัดพฤติกรรมประมาทหนึ่งอย่างออกไป
3. อ่านดาเนียล บทที่ 6 อย่างช้าๆ
4. ขอบคุณพระเจ้าสำหรับการปกป้องที่มองไม่เห็น
5. ก้าวไปทีละก้าวอย่างตั้งใจเพื่อบรรลุเป้าหมาย

วันที่ 23

ถูกตีตรา — แต่ไม่สะทกสะท้าน

เรื่องราวหลัก

หลังจากการยิงกัน
หลังการอพยพ
หลังจากผ่านการตรวจสุขภาพแล้ว
หลังจากมีการจัดเจ้าหน้าที่คุ้มกันแล้ว
ชีวิตไม่ได้กลับคืนสู่ภาวะปกติ
เขาไม่ใช่คนนิรนามอีกต่อไปแล้ว
เขาถูกหมายหัวไว้แล้ว
ไม่ใช่ในเชิงสัญลักษณ์
กระตือรือร้น
เจ้าหน้าที่รักษาความปลอดภัยติดตามเขามาด้วย
การเคลื่อนไหวต้องอาศัยการประสานงาน
การปรากฏตัวต่อสาธารณะจำเป็นต้องมีการประเมิน
ระดับภัยคุกคามไม่ใช่ข่าวลือ
พวกเขาถูกจับตามอง
การใช้ชีวิตอย่างระมัดระวัง คือการใช้ชีวิตอย่างตระหนักรู้
การใช้ชีวิตอย่างมีสติ คือการใช้ชีวิตอย่างมีระเบียบวินัย
แต่ส่วนสำคัญอยู่ที่นี่:
เขาไม่ได้หยุดเทศนา
เขาไม่ได้ถอยจากการเรียกร้อง
เขาไม่ได้ลดทอนเนื้อหาเพื่อลดความเสี่ยง
เขากล่าวต่อ
ชีวิตเต็มไปด้วยร่องรอย แต่ยังคงแน่วแน่ไม่หวั่นไหว

หลักยึดพระคัมภีร์

พันธสัญญาเดิม

"ตั้งแต่วันนั้นเป็นต้นมา ซาอูลก็คอยจับตาดูดาวิดอย่างใกล้ชิด"

— 1 ซามูเอล 18:9

รับชมแล้ว

กำหนดเป้าหมาย.

ยังคงได้รับเลือก

พันธสัญญาใหม่

"เพราะเราจะแสดงให้เขาเห็นว่าเขาต้องทนทุกข์ทรมานมากเพียงใดเพื่อเห็นแก่พระนามของเรา"

— กิจการ 9:16

ทำเครื่องหมายจากการแปลง

แต่ได้รับมอบหมายแล้ว

บทเรียน

ผู้ศรัทธาบางคนจะคงความศรัทธาไว้ได้ก็ต่อเมื่อไม่มีใครสังเกตเห็นเท่านั้น

แต่เมื่อการเชื่อฟังดึงดูดความสนใจ

ความกลัวก็จะเริ่มเข้ามามีบทบาทในการเจรจาเพื่อประนีประนอม

การถูกทำเครื่องหมายเผยให้เห็นแรงจูงใจ

คุณรับใช้เพื่อความสบายใจ

หรือเพื่อเป็นการเรียกจากเบื้องบน?

เมื่อชีวิตของคุณอยู่ภายใต้การจับตามอง:

- คุณควรพูดอย่างระมัดระวังมากขึ้น
- คุณเคลื่อนไหวอย่างตั้งใจมากขึ้น
- คุณอธิษฐานด้วยความตั้งใจจริงมากขึ้น

ภัยคุกคามช่วยชำระล้างความไม่ใส่ใจ

คุณอาจไม่เคยมีผู้ติดตามเลยก็ได้
แต่คุณมีร่องรอยทางจิตวิญญาณอยู่แล้ว
ศัตรูสังเกตเห็นผู้ที่มีความเชื่ออย่างจริงจัง
การนับถือศาสนาคริสต์แบบไม่เคร่งครัดนั้นไม่ค่อยได้รับการต่อต้านมากนัก
การจงรักภักดีอย่างแน่วแน่จะดึงดูดความสนใจมาสู่การตรวจสอบ
คำถามคือ:
การตระหนักถึงความขัดแย้งจะทำให้คุณเติบโตขึ้น
หรือจะทำให้คุณหวาดกลัว?

คำถามเพื่อการไตร่ตรอง

1. ฉันจะซื่อสัตย์เฉพาะเมื่อไม่มีใครเห็นเท่านั้นหรือ?
2. ฉันจะยังคงเชื่อฟังต่อไปหรือไม่
   หากการเชื่อฟังของฉันกลับนำมาซึ่งความไม่พอใจ?
3. ฉันลดทอนความเชื่อมั่นในส่วนไหนบ้างเพื่อหลีกเลี่ยงการถูกจับตามอง?
4. ฉันใช้ชีวิตโดยตระหนักว่าชีวิตของฉันมีน้ำหนักทางจิตวิญญาณหรือไม่?
5. ฉันจริงจังพอที่จะทำให้คนอื่นสังเกตเห็นหรือเปล่า?

ตอบโดยไม่โอ้อวด

การประกาศ

ยืนขึ้นและประกาศ:
"ฉันจะไม่ถอยเพราะฉันถูกหมายหัว
การต่อต้านจะทำให้ฉันขัดเกลา ฉันรับใช้ด้วยการเรียกร้อง ไม่ใช่เพื่อความสะดวกสบาย
ฉันยังคงไม่หวั่นไหว"
พูดซ้ำด้วยน้ำเสียงหนักแน่น

การภาวนาแบบมีโครงสร้าง (40-45 นาที)

1. การนมัสการ (10 นาที)

ยอมรับพระคริสต์เป็นพระเจ้าเหนือการต่อสู้ของคุณ

2. ความเข้มแข็ง (15 นาที)

อธิษฐานขอความอดทนภายใต้การเฝ้าระวัง

3. การไตร่ตรอง (10 นาที)

จงขอสติปัญญาด้วยการเชื่อฟังอย่างเปิดเผย

4. ความกล้าหาญ (5-10 นาที)

ตั้งใจที่จะแสดงความกล้าหาญโดยไม่ประมาท

ปิดท้ายด้วย:

"ฉันยืนหยัดอย่างมั่นคง"

จุดดำเนินการ

วันนี้คุณจะได้ทำสิ่งต่อไปนี้:

1. ระบุหนึ่งกรณีที่ความกลัวส่งผลต่อการเชื่อฟังของคุณ
2. แก้ไขบริเวณนั้นโดยทันที
3. โปรดอธิษฐานเพื่อผู้เชื่อที่กำลังเผชิญภัยคุกคามทั่วโลก
4. อ่าน 1 ซามูเอล บทที่ 18 อย่างช้าๆ
5. จงเสริมสร้างวินัยอย่างใดอย่างหนึ่งในชีวิตของคุณให้แข็งแกร่งขึ้น

วันที่ 24

ยกระดับมาตรฐาน

เรื่องราวหลัก

หลังเกิดไฟไหม้

หลังการยอมจำนน

หลังจากกระสุนปืน

หลังการอพยพ

หลังจากมีผู้คุ้มกันแล้ว

ขอบเขตงานไม่ได้ลดลง

มันคมขึ้น
เขาได้กล่าวต่อสาธารณชนว่า ตอนที่เขาได้รับการช่วยให้รอด พระเจ้าตรัสกับเขาว่า:
"จงไปยั่วยุเหล่าผู้เฝ้ายามให้เข้าประจำที่ เพื่อที่ข้าจะไม่ทำลายล้างผู้คน"
นี่ไม่ใช่คำพูดที่อ่อนโยน
นี่คือภาษาที่แสดงถึงความรับผิดชอบ
เรื่องราวได้เปลี่ยนไปจากเดิม:
การรักษาชีวิตส่วนบุคคล → การรักษาชีวิตสาธารณะ → การปกป้องประเทศชาติ
ตอนนี้มันได้ย้ายไปที่:
ความรับผิดชอบ.
ข้อความนั้นไม่ได้มีเพียงแค่ "ระวังตัวด้วย" เท่านั้น
มันคือ "การยกระดับมาตรฐาน"
เพราะเขาได้เห็น:
ความศรัทธาทางศาสนาที่ปราศจากความรู้
ความหน้าซื่อใจคดของศาสนจักร การประนีประนอมในการเป็นผู้นำ
ความเกียจคร้านทางจิตวิญญาณ
การเอาชีวิตรอดไม่ได้หมายถึงการหลบซ่อน
มันใช้สำหรับส่งสัญญาณเตือนภัย

หลักยึดพระคัมภีร์

พันธสัญญาเดิม

"บุตรมนุษย์เอ๋ย เราได้ตั้งเจ้าไว้เป็นผู้เฝ้าระวัง...ฉะนั้นเจ้าจงฟังถ้อยคำจากปากของเรา และจงตักเตือนพวกเขาจากเรา"
— เอเสเคียล 33:7
ยามไม่สร้างความบันเทิง
พวกเขาเตือนแล้ว

พันธสัญญาใหม่

"ถึงกระนั้น รากฐานอันมั่นคงของพระเจ้าก็ยังคงอยู่...
ขอให้ทุกคนที่เรียกนามของพระคริสต์ละเว้นจากความชั่วช้า"
— 2 ทิโมธี 2:19
การยกระดับมาตรฐานเริ่มต้นด้วยความบริสุทธิ์

บทเรียน

ถึงจุดหนึ่ง ความเชื่อส่วนบุคคลต้องกลายเป็นความรับผิดชอบต่อสาธารณะ

ยามรักษาการณ์ทำหน้าที่สามอย่าง:

1. ยืนอยู่ในตำแหน่งที่กำหนด
2. มองเห็นได้อย่างชัดเจน
3. พูดความจริง

พวกยามไม่เป็นที่นิยม

สิ่งเหล่านี้มีความจำเป็น

การประนีประนอมมักแพร่กระจายเมื่อยามหลับใหล

ความหน้าซื่อใจคดจะแพร่กระจายเมื่อผู้เฝ้าระวังนิ่งเฉย

การเสื่อมถอยทางศีลธรรมจะเพิ่มขึ้นเมื่อยามเข้าร่วมกับฝูงชน

คุณไม่มีสิทธิ์ที่จะดำรงตำแหน่งผู้นำระดับชาติ

แต่คุณก็ต้องรับผิดชอบในบางเรื่องอยู่ดี

ในบ้านของคุณ

ในโบสถ์ของคุณ ในที่ทำงานของคุณ ในรุ่นของคุณ

การยกระดับมาตรฐานไม่ได้หมายความว่าเป็นการประณามผู้คน

นั่นหมายถึงการใช้ชีวิตตามสิ่งที่เราประกาศไว้

คำถามเพื่อการไตร่ตรอง

1. พระเจ้าทรงวางตำแหน่งข้าพเจ้าให้เป็นผู้เฝ้าระวังอยู่ที่ใด?
2. ฉันเงียบเพื่อที่จะได้รับการยอมรับใช่หรือไม่?
3. ฉันยอมประนีประนอมในเรื่องใดบ้าง?
4. ฉันใช้ชีวิตได้ในระดับที่คนอื่นคาดหวังไว้หรือไม่?
5. ฉันต้องยกระดับมาตรฐานในชีวิตของตัวเองให้สูงขึ้นแค่ไหนก่อน?

ตอบอย่างมีสติ

การประกาศ

ยืนขึ้นและประกาศ:

“ผมรับตำแหน่งนี้
ผมจะไม่ยอมประนีประนอม ผมจะยกระดับมาตรฐานในขอบเขตงานของผม
และผมจะปฏิบัติตามสิ่งที่ผมประกาศไว้”
ย้ำอีกครั้งด้วยน้ำเสียงจริงจัง

การภาวนาแบบมีโครงสร้าง (45 นาที)

1. การนมัสการ (10 นาที)

จงให้เกียรติพระเจ้าในฐานะผู้บริสุทธิ์

2. การสำนึกผิด (15 นาที)

สารภาพความผิดพลาดส่วนตัว

3. การอธิษฐานขอพร (10 นาที)

อธิษฐานเพื่อผู้นำและเพื่อความบริสุทธิ์ของคริสตจักร

4. ภารกิจ (10 นาที)

ขอความกล้าหาญในการยืนหยัด
ปิดท้ายด้วย:
“ขอให้ข้าพเจ้าเป็นผู้เฝ้าระวังที่ซื่อสัตย์”

จุดดำเนินการ

วันนี้คุณจะได้ทำสิ่งต่อไปนี้:

1. ระบุจุดที่บกพร่องหนึ่งจุดในชีวิตของคุณ แล้วแก้ไขมัน
2. ให้กำลังใจคนที่กำลังหลงทางทางจิตวิญญาณ
3. ศึกษาเอเซเคียล บทที่ 33 อย่างลึกซึ้ง
4. กำจัดอิทธิพลหนึ่งอย่างที่ลดทอนมาตรฐานทางจิตวิญญาณของคุณ
5. มุ่งมั่นที่จะรักษาความบริสุทธิ์ส่วนบุคคลอย่างสม่ำเสมอ

วันที่ 25

สร้างสิ่งที่จะทนทานต่อไฟ

เรื่องราวหลัก

อิสลามหัวรุนแรงมีโครงสร้าง

มีการกำหนดรอบการสวดมนต์

มีการฝึกฝนการถือศีลอด และมีการเน้นย้ำการทำซ้ำ

มีการฝึกฝนความเข้มข้น

ตอนที่เขาเปลี่ยนใจ ความรู้สึกเพียงอย่างเดียวไม่เพียงพอ

จำเป็นต้องสร้างโครงสร้างขึ้นใหม่

หากความผิดพลาดอย่างมีระเบียบวินัยสามารถสร้างความมุ่งมั่นอย่างแรงกล้าได้

ความจริงอย่างมีระเบียบวินัยก็ย่อมสร้างความอดทนที่แข็งแกร่งยิ่งขึ้นได้

การรอดชีวิตจากการถูกยิงไม่ได้ทำให้เขารอดชีวิตต่อไปได้

การก่อตัวเกิดขึ้นแล้ว

การถูกกดขี่ข่มเหงไม่สามารถรักษาศรัทธาไว้ได้

โครงสร้างทำได้

หลักยึดพระคัมภีร์

พันธสัญญาเดิม

"ทั้งเย็น ทั้งเช้า และทั้งเที่ยง ข้าพเจ้าจะอธิษฐานและร้องขอเสียงดัง

และพระองค์จะทรงฟังเสียงของข้าพเจ้า"

— สดุดี 55:17

จังหวะช่วยรักษาความสัมพันธ์

พันธสัญญาใหม่

"พวกท่านเฝ้าอยู่กับเราสักชั่วโมงหนึ่งไม่ได้หรือ?"

— มัทธิว 26:40

หนึ่งชั่วโมง
ตั้งใจ ไม่วอกแวก

บทเรียน
ผู้เชื่อหลายคนอธิษฐานตามอารมณ์ความรู้สึก
น้อยคนนักที่จะสวดภาวนาตามหลักการที่กำหนดไว้
การอธิษฐานแบบฉับพลันช่วยให้ผ่านพ้นวิกฤตไปได้ แต่
การอธิษฐานที่เป็นระบบช่วยสร้างความอดทน
คุณไม่สามารถสร้างความมุ่งมั่นในระดับเดียวกับนักรบได้ด้วยศาสนาคริสต์แบบไม่เคร่งครั
ด
หากความศรัทธาของคุณเป็นไปอย่างไม่เป็นระบบ
ความมั่นคงของคุณก็จะเปราะบาง
วินัยไม่ใช่การยึดติดกับกฎหมาย
มันคือการจัดแนว

แบบจำลองการอธิษฐานเชิงกลยุทธ์ 60 นาที
นี่ไม่ใช่การแสดงอารมณ์
มันคือการก่อตัว
1. 30 นาที — นมัสการพระองค์ในฐานะ ที่ พระองค์ทรงเป็น
ไม่มีคำขอใดๆ
ไม่มีการยื่นคำร้องใดๆ
มีแต่ความชื่นชมเท่านั้น

- ความศักดิ์สิทธิ์ของพระองค์
- อำนาจอธิปไตยของพระองค์
- พระเมตตาของพระองค์
- ความยุติธรรมของพระองค์
- ความซื่อสัตย์ของพระองค์

การนมัสการช่วยฟื้นฟูมุมมอง

2 10 นาที — ประกาศอำนาจอธิปไตยของพระองค์

ประกาศเสียงดัง:

- เขามีอำนาจเหนือชีวิตของคุณ
- เขามีอำนาจปกครองครอบครัวของคุณ
- พระองค์ทรงปกครองเหนือการเรียกของคุณ
- เขามีอำนาจปกครองประเทศของคุณ

อำนาจอธิปไตยช่วยสร้างความสอดคล้องของอำนาจ

3 10 นาที — การสำนึกผิด

สารภาพ:

- ประนีประนอม.
- ความหน้าซื่อใจคด
- ความเกียจคร้าน
- กลัว.
- ความภักดีที่แตกแยก

ความบริสุทธิ์ปกป้องพลังอำนาจ

4 10 นาที — พระบัญญัติที่สอดคล้องกับอาณาจักร

ไม่ใช่ความปรารถนาที่เห็นแก่ตัว

ไม่ใช่ความทะเยอทะยานทางกามารมณ์

ประกาศ:

- สอดคล้องกับพระประสงค์ของพระองค์
- วินัยในชีวิตของคุณ
- ความกล้าหาญในการเชื่อฟัง
- ความศักดิ์สิทธิ์ในการประพฤติ.
- การปฏิบัติภารกิจให้สำเร็จลุล่วง

คำสั่งต่างๆ ต้องสอดคล้องกับพระคัมภีร์

คำถามเพื่อการไตร่ตรอง

1. การอธิษฐานของฉันเป็นไปอย่างมีระเบียบวินัยหรือเป็นไปตามอารมณ์?
2. ฉันสวดภาวนานานกว่าในยามวิกฤตมากกว่าในยามสงบหรือไม่?
3. อะไรเป็นอุปสรรคที่ทำให้ฉันไม่สามารถมีสมาธิจดจ่อได้ตลอดหนึ่งชั่วโมง?
4. ฉันมีโครงสร้างทางจิตวิญญาณหรือไม่?
5. อะไรจะเปลี่ยนแปลงไปบ้างหากฉันฝึกฝนแบบนี้ทุกวันเป็นเวลา 40 วัน?

ตอบตามความจริง

การประกาศ

ยืนขึ้นและประกาศ:

"ฉันจะสร้างความศรัทธาอย่างมีระเบียบวินัย

การอธิษฐานของฉันจะมีโครงสร้าง ความจงรักภักดีของฉันจะถูกสร้างขึ้นทุกวัน

ฉันจะไม่ใช้ชีวิตทางจิตวิญญาณอย่างไม่ใส่ใจ"

พูดซ้ำด้วยน้ำเสียงหนักแน่น

การภาวนาแบบมีโครงสร้าง

วันนี้ ให้ทำแบบฝึกหัดครบ 60 นาที

ไม่มีทางลัด

ห้ามทำหลายอย่างพร้อมกัน

ไม่วอกแวก

จุดดำเนินการ

1. กำหนดเวลาทำงานที่แน่นอนในแต่ละวัน
2. หลีกเลี่ยงสิ่งรบกวนจากอุปกรณ์ดิจิทัลขณะสวดมนต์
3. จดบันทึกสิ่งที่ได้รับการเปิดเผยระหว่างการนมัสการ
4. ติดตามความสม่ำเสมอเป็นเวลา 7 วัน
5. จงปกป้องช่วงเวลานี้ไว้ เพราะถือเป็นสิ่งที่ไม่สามารถต่อรองได้

วันที่ 26

การได้ยินเสียงพระเจ้าอย่างชัดเจน

เรื่องราวหลัก

จุดเปลี่ยนในชีวิตของเขาไม่ได้เกิดขึ้นโดยบังเอิญ
พวกมันมีทิศทาง
ไมดูกูรี — ภาพนิมิต
เหตุการณ์ไฟไหม้ — การเผชิญหน้า เหตุการณ์ที่โรงแรม — "เราไปไกลเกินไปแล้ว"
คณะกรรมการ — "ยั่วยุยาม"
นี่ไม่ใช่ความรู้สึกที่คลุมเครือแต่อย่างใด
พวกเขาพูดชัดเจน
เฉพาะเจาะจง.
ขัดจังหวะ.
เมื่อความจงรักภักดีเปลี่ยนไป
ความชัดเจนก็เกิดขึ้นตามมา
แต่ความชัดเจนไม่ได้เกิดขึ้นจากความวุ่นวาย
มันเกิดขึ้นจากการยอมจำนน
และต่อมาก็คือระเบียบวินัย
คนที่ใช้ชีวิตอย่างไม่ใส่ใจมักจะไม่ค่อยได้ยินอะไรชัดเจน
ผู้ที่อยู่กันอย่างแตกแยกมักได้ยินสิ่งที่ผิดเพี้ยนไป
ผู้ที่มีระเบียบวินัย จะได้ยิน อย่างมั่นคง

หลักยึดพระคัมภีร์

พันธสัญญาเดิม

"ขอพระองค์ตรัสเถิด ข้าแต่พระเจ้า เพราะผู้รับใช้ของพระองค์กำลังฟังอยู่"
— 1 ซามูเอล 3:10
การได้ยินต้องอาศัยท่าทางที่เหมาะสม

พันธสัญญาใหม่

"แกะของเราได้ยินเสียงของเรา และเรารู้จักพวกมัน และพวกมันก็ติดตามเรา"

— ยอห์น 10:27

การได้ยินมีความสัมพันธ์กัน การฟัง

ตามพิสูจน์ให้เห็นถึงการได้ยิน

บทเรียน

ผู้เชื่อหลายคนกล่าวว่า "พระเจ้าทรงนิ่งเงียบ"

บ่อยครั้ง ปัญหาไม่ได้อยู่ที่การนิ่งเฉย

มันคือเสียงรบกวน

เสียงแห่งความกลัว

เสียงแห่งความทะเยอทะยาน เสียงแห่งการเปรียบเทียบ เสียงจากสื่อสังคมออนไลน์

เสียงแห่งการประนีประนอมที่ไม่สำนึกผิด

คุณจะไม่ได้ยินอะไรชัดเจนหากหัวใจของคุณแตกแยก

ความชัดเจนต้องอาศัย:

- ยอมแพ้.
- การลงโทษ.
- เงียบ.
- เชื่อฟังสิ่งที่ได้กล่าวไว้แล้ว

พระเจ้ามักไม่ประทานคำสั่งใหม่แก่ผู้ที่เพิกเฉยต่อคำสั่งก่อนหน้านี้

เขาพูดเป็นทิศทาง

ไม่ได้พูดไปเรื่อยๆ

ถ้าพระองค์ตรัส พระองค์จะทรงสอดคล้องกับพระคัมภีร์

จะเชิดชูความบริสุทธิ์ จะเรียกร้องให้เชื่อฟัง และจะไม่เอาใจอัตตา

คำถามเพื่อการไตร่ตรอง

1. ครั้งสุดท้ายที่ฉันเชื่อฟัง สิ่งที่ พระเจ้าทรงแสดงให้ฉันเห็นคือเมื่อไหร่?
2. อะไรคือสิ่งรบกวนที่บดบังการได้ยินทางจิตวิญญาณของฉัน?
3. ฉันให้ความสำคัญกับความเงียบหรือไม่?
4. ฉันกำลังรอคำสั่งใหม่โดยไม่สนใจคำพิพากษาเดิมอยู่หรือเปล่า?
5. ถ้าพระเจ้าตรัสอย่างชัดเจนในคืนนี้ ฉันจะเชื่อฟังหรือไม่?

ตอบตามความจริง

การประกาศ

ยืนขึ้นและประกาศ:

"ฉันพร้อมรับฟัง

ฉันมอบใจให้ ฉันปฏิเสธสิ่งรบกวน ฉันจะฟังและเชื่อฟัง"

พูดซ้ำช้าๆ

การภาวนาแบบมีโครงสร้าง (45 นาที)

1. การนมัสการ (10 นาที)

ยอมรับพระองค์ในฐานะผู้เลี้ยงแกะ

2. ความเงียบ (10 นาที)

นั่งเงียบๆ ไม่พูดอะไร ฟังอย่างเดียว

3. ยอมจำนน (10 นาที)

ปล่อยวางแผนการของคุณ

4. การปรับตัว (15 นาที)

ขอความชัดเจนและความกล้าหาญในการปฏิบัติตาม

ปิดท้ายด้วย:

"ตรัสเถิด พระเจ้า ข้าพระองค์จะตอบ"

จุดดำเนินการ

1. วันนี้ลองใช้เวลา 10 นาทีอยู่เงียบๆ สักครู่
2. จดบันทึกความประทับใจ แล้วนำไปเปรียบเทียบกับพระคัมภีร์
3. จงปฏิบัติตามความเชื่อเล็กๆ ข้อหนึ่งทันที
4. ลดแหล่งกำเนิดเสียงรบกวนลงหนึ่งแหล่ง
5. อ่าน 1 ซามูเอล บทที่ 3 และ ยอห์น บทที่ 10 อย่างช้าๆ

วันที่ 27

การดำเนินชีวิตและการทำงาน ร่วมกับ พระเจ้า

เรื่องราวหลัก

เหตุการณ์เหล่านั้นเป็นเรื่องจริง
ไฟไหม้นั้นเป็นของจริง
นิมิตนั้นเป็นเรื่องจริง
เหตุการณ์เผชิญหน้าในโรงแรมเป็นเรื่องจริง
กระสุนเหล่านั้นเป็นกระสุนจริง
การช่วยเหลือจากประธานาธิบดีเป็นเรื่องจริง
แต่การพบปะเพียงอย่างเดียวไม่สามารถหล่อเลี้ยงชีวิตได้
การเดินช่วยได้
หลังจากการเอาชีวิตรอด
หลังจากการคุ้มกัน หลังจากการได้รับมอบหมายภารกิจ
ชีวิตดำเนินต่อไปในแต่ละวัน
การตัดสินใจ
การเดินทาง การเทศนา การสร้างพันธกิจ การรับใช้ชุมชน
การใช้ชีวิตท่ามกลางความตึงเครียดในครอบครัวที่แตกแยก
ช่วงเวลาแห่งปาฏิหาริย์ไม่ได้เกิดขึ้นทุกวัน
การเดินนั้น...
คุณไม่สามารถใช้ชีวิตอยู่กับการเผชิญหน้าได้อย่างถาวร
คุณต้องใช้ชีวิตร่วมกับผู้อื่น

หลักยึดพระคัมภีร์

พันธสัญญาเดิม

"เอโนคดำเนินชีวิตอยู่กับพระเจ้า และเขาก็สิ้นชีวิตไป เพราะพระเจ้าทรงรับเขาไป"
— ปฐมกาล 5:24

ไม่เพียงแค่เชื่อ แต่
ลงมือทำจริง

พันธสัญญาใหม่

"ฉะนั้น ในเมื่อท่านทั้งหลายได้รับพระเยซูคริสต์องค์พระผู้เป็นเจ้าแล้ว ก็จงดำเนินชีวิตในพระองค์เถิด"
— โคโลสี 2:6

การรับเป็นเหตุการณ์
การเดินเป็นกระบวนการ

บทเรียน

ผู้ศรัทธาจำนวนมากต่างไล่ตามช่วงเวลาต่างๆ
น้อยคนนักที่จะฝึกฝนการเดิน
การเดินหมายถึง:

- จังหวะชีวิตประจำวัน
- การเชื่อฟังอย่างมั่นคง
- ตระหนักรู้ตลอดเวลา
- การจัดเรียงที่สอดคล้องกัน

การเดินไม่จำเป็นต้องใช้สิ่งหวือหวา
มันต้องการความซื่อสัตย์
การทำงานร่วมกับพระเจ้าหมายถึง:
คุณไม่ควรแบ่งแยกพระองค์ออกเป็นส่วนๆ
เขาไม่ได้อยู่แค่ในเวลาสวดมนต์เท่านั้น
เขาปรากฏตัวใน:

- การตัดสินใจทางธุรกิจ
- การสนทนาในครอบครัว
- การวางแผนงานของกระทรวง
- การตัดสินใจทางการเงิน
- การแก้ไขความขัดแย้ง

การเดินช่วยขจัดชีวิตสองด้าน
การเดินช่วยขจัดลัทธิคริสต์ศาสนาแบบแสดงออก
การเดินช่วยสร้างความซื่อสัตย์

คำถามเพื่อการไตร่ตรอง

1. ฉันให้ความสำคัญกับการพบปะผู้คนมากกว่าความสม่ำเสมอใช่หรือไม่?
2. ชีวิตทางจิตวิญญาณของฉันขับเคลื่อนด้วยเหตุการณ์หรือขับเคลื่อนด้วยความสัมพันธ์?
3. ฉันปรึกษาพระเจ้าในการตัดสินใจในชีวิตประจำวันหรือไม่?
4. ชีวิตของฉันดูเหมือนจะถูกแบ่งเป็นส่วนๆ ตรงไหนบ้าง?
5. ถ้าใครมาสังเกตสัปดาห์ของฉัน พวกเขาจะเห็นว่าฉันกำลังเดินเล่นอยู่หรือเปล่า?

ตอบตามความจริง

การประกาศ

ยืนขึ้นและประกาศ:

"ฉันจะดำเนินชีวิตกับพระเจ้าทุกวัน
ศรัทธาของฉันไม่ใช่เรื่องชั่วคราว ฉันปฏิเสธการแบ่งแยกศาสนาคริสต์ออกเป็นส่วนๆ
ฉันดำเนินชีวิตด้วยการเชื่อฟังอย่างสม่ำเสมอ"

พูดซ้ำช้าๆ

การภาวนาแบบมีโครงสร้าง (45 นาที)

1. การนมัสการ (10 นาที)

ยอมรับว่าพระเจ้าทรงสถิตอยู่ในทุกแง่มุมของชีวิต

2. การยอมจำนน (10 นาที)

เชิญพระองค์เข้ามาในชีวิตประจำวันของคุณ

3. การจัดระเบียบ (15 นาที)

อธิษฐานในแต่ละด้านของชีวิตคุณ — ครอบครัว การงาน การรับใช้ การเงิน

4. ความมุ่งมั่น (10 นาที)

มุ่งมั่นที่จะตระหนักรู้ในตนเองทุกวันอย่างมีสติ

ปิดท้ายด้วย:

"ฉันเดินไปกับพระองค์"

จุดดำเนินการ

1. เชิญพระเจ้าเข้ามามีส่วนร่วมในการตัดสินใจเรื่องใดเรื่องหนึ่งในวันนี้อย่างตั้งใจ

2. นำช่องที่เขาถูกกีดกันออกไปหนึ่งช่อง
3. เริ่มต้นเช้าวันพรุ่งนี้ด้วยการปล่อยวางอย่างตั้งใจ
4. อ่านปฐมกาล บทที่ 5 และโคโลสี บทที่ 2 อย่างช้าๆ
5. บันทึกการเชื่อฟังคำสั่งทุกวันเป็นเวลา 7 วัน

วันที่ 28

ใช้ชีวิตเหนือความเสแสร้ง

เรื่องราวหลัก

หนึ่งในเหตุการณ์ที่อันตรายที่สุดตลอดการเดินทางนั้น ไม่ใช่เสียงปืน
มันคือความไม่สอดคล้องกันภายในศาสนจักร
เขามาจากสายงานฝึกฝนทางทหาร
ที่ซึ่งสิ่งที่สั่งสอนถูกนำไปปฏิบัติ
ที่ซึ่งโครงสร้างถูกบังคับใช้ ที่ซึ่งข้อความถูกนำไปปฏิบัติ
เขาเข้ารับนับถือศาสนาคริสต์โดยคาดหวังความซื่อสัตย์สุจริตที่มากขึ้น
แต่สิ่งที่เขาเห็นคือ:
การเทศน์โดยปราศจากการปฏิบัติ
ภาษาโดยปราศจากวิถีชีวิต การแสดงออกทางจิตวิญญาณโดยปราศจากการอธิษฐานส่วนตัว
ความผิดหวังครั้งนั้นเกือบทำให้เขากลับไป
กระสุนเหล่านั้นเกือบจะคร่าชีวิตเขาไป
ความเสแสร้งเกือบจะทำได้สำเร็จแล้ว
มันร้ายแรงขนาดนั้นเลย

หลักยึดพระคัมภีร์

พันธสัญญาเดิม

"คนเหล่านี้เข้ามาใกล้เราด้วยปากของพวกเขา...
แต่ใจของพวกเขากลับอยู่ห่างไกลจากเรา"
— อิสยาห์ 29:13
คำพูดที่ไม่ยอมจำนน

พันธสัญญาใหม่

"วิบัติแก่พวกเจ้า... คนหน้าซื่อใจคด! เพราะพวกเจ้าชำระล้างภายนอกถ้วยและจาน แต่ภายในกลับเต็มไปด้วยความโลภและความเห็นแก่ตัว"
— มัทธิว 23:25

ภายนอกดูสวยงาม แต่
ภายในกลับเสื่อมทราม

บทเรียน

การเสแสร้งไม่ใช่ความอ่อนแอ
มันคือการแบ่งแยก
มันเหมือนมีชีวิตสองแบบ

- สาธารณะหนึ่งแห่ง
- หนึ่งคนเป็นทหารส่วนตัว

นั่นคือการประกาศความจงรักภักดีต่อสาธารณะ
ในขณะที่เจรจากันเป็นการส่วนตัว
และไม่มีอะไรทำลายพยานได้เร็วกว่านี้อีกแล้ว
คุณอาจรอดพ้นจากการถูกกดขี่ข่มเหงได้
แต่คุณไม่สามารถอยู่รอดได้หากมีการทุจริตภายในองค์กร
ถ้าชีวิตการอธิษฐานของคุณอ่อนแอ
แต่การเทศนาของคุณแข็งแกร่ง นั่นคือความแตกแยก
หากความศรัทธาที่คุณแสดงออกต่อสาธารณะนั้นกล้าหาญ
แต่การเชื่อฟังในชีวิตส่วนตัวกลับไม่สอดคล้องกัน นั่นคือความแตกแยก
ความซื่อสัตย์สุจริตหมายถึงความสอดคล้อง
สิ่งที่ฉันพูด
สิ่งที่ฉันทำ สิ่งที่ฉันเชื่อ สิ่งที่ฉันปฏิบัติ
ทิศทางเดียวกัน

คำถามเพื่อการไตร่ตรอง

1. ชีวิตส่วนตัวของฉันขัดแย้งกับการสารภาพต่อสาธารณะของฉันตรงไหนบ้าง?
2. ฉันปฏิบัติธรรมข้อใดบ้าง แต่ไม่สามารถทำได้อย่างต่อเนื่อง?
3. คนใกล้ชิดของฉันจะยืนยันความภักดีของฉันได้หรือไม่?
4. ฉันกำลังหาเหตุผลมาสนับสนุนการประนีประนอมอะไรอยู่?

5. ถ้าหากความหน้าซื่อใจคดถูกเปิดโปงในวันนี้ อะไรจะปรากฏออกมาบ้าง? ตอบโดยไม่มีข้อแก้ตัว

การประกาศ

ยืนขึ้นและประกาศ:

"ฉันปฏิเสธการใช้ชีวิตสองด้าน
ชีวิตส่วนตัวของฉันจะสอดคล้องกับการสารภาพต่อสาธารณะ ฉันเลือกความซื่อสัตย์
ฉันเลือกความสมบูรณ์แบบ ฉันเลือกความสอดคล้อง"

พูดซ้ำช้าๆ

การภาวนาแบบมีโครงสร้าง (45 นาที)

1. การนมัสการ (10 นาที)

จงให้เกียรติพระคริสต์ในฐานะผู้บริสุทธิ์และเที่ยงแท้

2. การเปิดเผย (15 นาที)

ขอให้พระเจ้าทรงเปิดเผยความไม่สอดคล้องกันที่ซ่อนอยู่

3. การสำนึกผิด (10 นาที)

สารภาพความผิดที่ตนเองได้กระทำลงไป

4. การปรับตัว (10 นาที)

อธิษฐานขอพละกำลังในการดำเนินชีวิตอย่างสม่ำเสมอ

ปิดท้ายด้วย:

"ขอให้ภายในและภายนอกของฉันสอดคล้องกัน"

จุดดำเนินการ

1. ขจัดข้อประนีประนอมที่ซ่อนเร้นออกไปหนึ่งข้อ
2. เสริมสร้างความแข็งแกร่งให้กับสาขาวิชาที่อ่อนแอหนึ่งสาขา
3. สารภาพเรื่องบางอย่างกับพระเจ้าเป็นการส่วนตัว
เกี่ยวกับสิ่งที่คุณละเลยมาตลอด
4. อ่านมัทธิวบทที่ 23 อย่างช้าๆ
5. ขอให้คนที่คุณไว้ใจช่วยตรวจสอบและให้คำแนะนำ

วันที่ 29

แรงดึงดูดให้หวนกลับ

เรื่องราวหลัก

หลังเกิดไฟไหม้
หลังจากเห็นภาพนิมิตแล้ว
หลังการยอมจำนน
หลังจากเสร็จสิ้นภารกิจทางศาสนา
หลังจากกระสุนปืน
หลังการช่วยเหลือ
หลังจากมีผู้คุ้มกันแล้ว
ความเย้ายวนใจยังคงมาเยือน
ไม่ใช่เพราะศาสนาอิสลามแข็งแกร่งกว่า
แต่เป็นเพราะศาสนาคริสต์ดูไม่สอดคล้องกัน
เขาให้การอย่างชัดเจนแล้วว่า มีประเด็นหนึ่งที่เขาได้ตัดสินใจไว้แล้ว
เขาจะเทศนาครั้งสุดท้าย
จากนั้นก็จะกลับไป
เขาได้ชั่งน้ำหนักระหว่างระเบียบวินัยในชีวิตเดิมของเขา
กับการประนีประนอมที่เขาได้พบเห็น
และการถอยทัพก็ดูสมเหตุสมผล
นั่นเป็นเรื่องที่น่าคิดทีเดียว
ชายผู้ได้เห็นสวรรค์
ชายผู้ได้เห็นนรก ชายผู้รอดชีวิตจากการลอบสังหาร
ยังคงรู้สึกอยากกลับไปอยู่ดี
การล่อลวงไม่ได้เกิดจากความลังเลสงสัยเสมอไป
บางครั้งมันก็เกี่ยวกับความผิดหวัง

หลักยึดพระคัมภีร์

พันธสัญญาเดิม

"และเมื่อพวกเขาระลึกได้ว่าพระเจ้าทรงเป็นศิลาของพวกเขา...
แต่พวกเขากลับพูดจาประจบประแจงพระองค์ด้วยปากของพวกเขา...
เพราะใจของพวกเขาไม่มั่นคงต่อพระองค์"
— สดุดี 78:35–37

ความทรงจำไม่ได้เป็นหลักประกันความมั่นคงเสมอไป

พันธสัญญาใหม่

"เพราะเดมาสได้ทอดทิ้งข้าพเจ้าไปแล้ว เนื่องจากเขารักโลกนี้"
— 2 ทิโมธี 4:10

บางคนเริ่มต้นได้ดี
บางคนก็กลับมา

บทเรียน

ความรู้สึกอยากกลับไปหาเขาไม่ได้หมายความว่าคุณไม่เคยจริงใจ
นั่นหมายความว่าคุณเป็นมนุษย์

การแสดงผลอาจมีลักษณะดังนี้:

- กลับไปสู่พฤติกรรมเดิมๆ
- ความเชื่อมั่นที่อ่อนลง
- ลดมาตรฐานลง
- ความเกียจคร้านทางจิตวิญญาณ
- การถอนตัวทางอารมณ์
- ความไม่พอใจที่แฝงมาในรูปของหลักศาสนศาสตร์

คุณไม่สามารถปฏิเสธพระคริสต์ต่อหน้าสาธารณชนได้
แต่คุณสามารถปล่อยใจให้วอกแวกได้
การเดินทางกลับเริ่มต้นอย่างเงียบๆ
เริ่มต้นด้วย:

"ฉันเหนื่อยแล้ว"
"นี่มันไม่คุ้มค่าเลย" "อย่างน้อยก่อนหน้านี้ก็ยังมีระเบียบวินัย"
"ไม่มีใครทำตามที่ตัวเองพูดหรอก"
นั่นคือวิธีการสื่อสารของการถอยหนี
ศัตรูมักไม่โจมตีด้วยการปฏิเสธพระคริสต์ก่อนเป็นอันดับแรก
เขาโจมตีด้วยความท้อแท้

คำถามเพื่อการไตร่ตรอง

1. ฉันเคยคิดที่จะปลีกตัวไปพักผ่อนที่ไหนบ้างอย่างลับๆ?
2. ความผิดหวังอะไรเป็นสาเหตุที่ทำให้เกิดความคิดนั้น?
3. ฉันกำลังประนีประนอมกับความเชื่อมั่นของตัวเองอยู่หรือเปล่า?
4. ลวดลายเก่าๆ แบบไหนที่กลับมาดูน่าสนใจอีกครั้ง?
5. ถ้าฉันกลับไป ฉันจะสูญเสียอะไรไปบ้าง?

จงเขียนโดยไม่ต้องอาย

การประกาศ

ยืนขึ้นและประกาศ:
"ฉันจะไม่กลับไป
ความผิดหวังไม่อาจควบคุมฉันได้ ความจงรักภักดีของฉันแน่วแน่แล้ว
ฉันจะไม่เจรจาต่อรองใดๆ อีก"
พูดซ้ำด้วยน้ำเสียงหนักแน่น

การภาวนาแบบมีโครงสร้าง (45 นาที)

1. การนมัสการ (10 นาที)

ยอมรับว่าพระคริสต์ทรงไม่เปลี่ยนแปลง

2. การสารภาพ (10-15 นาที)

ระบุเรื่องที่ทำให้รู้สึกท้อแท้

3. ความเข้มแข็ง (15 นาที)

อธิษฐานขอความอดทนเมื่อเผชิญกับความผิดหวัง

4. การแสดงความมุ่งมั่น (5 นาที)

ยืนยันความจงรักภักดีด้วยวาจา

ปิดท้ายด้วย:

"มันสายเกินไปที่จะย้อนกลับไปแล้ว"

จุดดำเนินการ

1. ระบุจุดอ่อนทางจิตวิญญาณหนึ่งจุดและแก้ไขมันในวันนี้
2. กำจัดปัจจัยหนึ่งที่ก่อให้เกิดความท้อแท้
3. กล่าวคำแสดงความจงรักภักดีของคุณออกมาดัง ๆ อีกครั้งก่อนนอน
4. อ่านสดุดี 78 และ 2 ทิโมธี 4
5. คืนนี้จงเสริมสร้างวินัยในการอธิษฐานของคุณให้แข็งแกร่งขึ้น

วันที่ 30

“เราก้าวล้ำเส้นไปไกลเกินไปแล้ว”

เรื่องราวหลัก

เขาตัดสินใจไปแล้ว
เขาจะเทศนาครั้งสุดท้าย
หลังจากนั้น เขาจะกลับมา
มีการตัดสินใจภายในแล้ว
ไม่เปิดเผยต่อสาธารณะ
เปิดเผยเป็นการส่วนตัว
เขาเทศนาในงานชุมนุมใหญ่แห่งหนึ่ง
บรรยากาศทรงพลังมาก
ผู้คนร่ำไห้ การทรงสถิตของพระเจ้าทำให้ผู้คนประทับใจ
แต่ในใจลึกๆ เขาได้ข้อสรุปว่า
“นี่คือข้อความสุดท้ายของผม”
หลังจากนั้น พวกเขาก็พาเขากลับไปที่โรงแรม
น้องชายฝาแฝดของเขาและผู้นำคนอื่นๆ ก็มาร่วมงานด้วย
เขาเปิดประตู
และเขากล่าวว่าพระเยซูทรงยืนอยู่ที่นั่น
ไม่ใช่สัญลักษณ์
ไม่ใช่จินตนาการ แต่เป็นเรื่องจริงที่ทำให้เขาตกอยู่ภายใต้อำนาจ
คนอื่นๆ ในห้องรู้สึกอะไรบางอย่าง
แต่เขาเห็น ทุกอย่าง
และคำพูดนั้นก็ตรงไปตรงมา:
“เรามาไกลเกินไปแล้ว มันสายเกินไปที่จะย้อนกลับไป”
บางครั้งพระเจ้าอาจเข้ามาขัดจังหวะช่วงเวลาแห่งความสงบส่วนตัวของคุณ
เขาไม่โต้แย้ง

เขาเตือน.
คุณได้เห็นมากเกินไป
คุณได้รู้มากเกินไป คุณเดินทางมาไกลเกินไปแล้ว
การถอยหนีไม่ใช่ความไร้เดียงสาอีกต่อไปแล้ว แต่
มันคือการกบฏ

หลักยึดพระคัมภีร์

พันธสัญญาเดิม

"จงระลึกถึงภรรยาของโลท"
— ลูกา 17:32 (อ้างถึงปฐมกาล 19)
การหวนมองอดีตอาจทำให้สูญเสียอนาคตได้

พันธสัญญาใหม่

"ผู้ใดที่เอาแต่ไถนาแล้วหันหลังกลับไปมอง ก็จะไม่เหมาะสมกับอาณาจักรของพระเจ้า"
— ลูกา 9:62
การเดินหน้าคือพันธสัญญา
การถอยหลังคือการประนีประนอม

บทเรียน

พระเจ้าไม่ได้ทรงห้ามคุณก่อนที่คุณจะตัดสินใจเสมอไป
บางครั้งพระองค์จะรอจนกว่าคุณจะตัดสินใจ
แล้วจึงเผชิญหน้ากับคุณ
คุณอาจไม่ได้พบพระเยซูในห้องพักโรงแรม
แต่คุณจะได้พบกับช่วงเวลาที่ความเชื่อมั่นแสดงออกมาอย่างชัดเจน:
"คุณกลับไปไม่ได้แล้ว"
เมื่อความจริงถูกเปิดเผยอย่างลึกซึ้ง
การหวนกลับไปสู่ความไม่รู้จึงไม่ใช่ความไม่รู้
นั่นคือการปฏิเสธ
มีเส้นแบ่งอยู่
เมื่อข้ามเส้นนี้ไปแล้ว
การถอยกลับจะไม่ปลอดภัยอีกต่อไป

ผู้เชื่อบางคนคิดว่าพวกเขาสามารถปล่อยตัวไปตามกระแสได้โดยไม่มีผลเสียตามมา
แต่เมื่อได้ทำสัญญาแล้ว
การกลับไปจะทำร้ายจิตวิญญาณ
มีบางช่วงเวลาที่สวรรค์กล่าวว่า:
พอแล้ว
เดินหน้าต่อไปเท่านั้น

คำถามเพื่อการไตร่ตรอง

1. ฉันได้ตัดสินใจถอนตัวเป็นการส่วนตัวแล้วหรือไม่?
2. ฉันได้พบความจริงอะไรที่ทำให้การหวนกลับเป็นไปไม่ได้?
3. เมื่อมองย้อนกลับไปในแง่ของอารมณ์ความรู้สึก ฉันกำลังมองไปที่ไหน?
4. การจะย้อนเวลากลับไปนั้น ต้องแลกด้วยวิญญาณของฉันเท่าไหร่?
5. ถ้าพระเยซูมาพบฉันในคืนนี้ พระองค์จะตรัสอะไร?

ตอบด้วยความสุขุมรอบคอบ

การประกาศ

ยืนขึ้นและประกาศ:
"มันสายเกินไปแล้วที่ฉันจะหวนกลับ
ฉันได้เห็นมากเกินไป ฉันรู้มากเกินไป พันธสัญญาของฉันยังคงอยู่
มีแต่ต้องก้าวไปข้างหน้าเท่านั้น"
พูดซ้ำช้าๆ

การภาวนาแบบมีโครงสร้าง (45 นาที)

1. การแสดงความเคารพ (10 นาที)

ยอมรับพระเยซูคริสต์เป็นพระเจ้า

2. การสารภาพบาป (15 นาที)

สารภาพความรู้สึกที่เก็บกดไว้ภายในใจ

3. การยืนยันความจงรักภักดีอีกครั้ง (15 นาที)

กล่าวคำยืนยันความจงรักภักดีของคุณออกมาดัง ๆ

4. การปิดผนึก (5 นาที)

ปิดประตูด้วยวาจาเพื่อกลับเข้าไป

ปิดท้ายด้วย:

“ความจงรักภักดีของฉันได้รับการยืนยันแล้ว”

วันที่ 31

คุณมีงานที่ต้องทำ

เรื่องราวหลัก

ในการเผชิญหน้าครั้งนั้น หลังจากความขัดแย้งก็มาถึงขั้นตอนการแต่งตั้งเจ้าหน้าที่
"คุณมีหน้าที่ในพระกายของพระคริสต์"
ไม่ใช่ความสบายใจ
ไม่ใช่ความนิยม
งานที่มอบหมาย.
เขาได้รับคำสั่งให้ยกธงขึ้น
เพื่อยั่วยุยาม เพื่อส่งสัญญาณเตือนภัย
การรอดชีวิตไม่ได้หมายความว่าจะจบลงแค่นั้น
มันเป็นการเตรียมการ
การอนุรักษ์ไม่ได้มีไว้เพื่อความปลอดภัย
มันมีอยู่เพื่อการให้บริการ
เมื่อสวรรค์ทรงปกป้องรักษาใครบางคนซ้ำแล้วซ้ำเล่า
นั่นเป็นเพราะสวรรค์ทรงคาดหวังบางสิ่งบางอย่างจากพวกเขา
การกำหนดค่าที่ชัดเจนจะช่วยขจัดความคลุมเครือ
เมื่อภารกิจชัดเจนแล้ว
การเบี่ยงเบนไปจากเป้าหมายก็จะกลายเป็นการไม่เชื่อฟัง

หลักยึดพระคัมภีร์

พันธสัญญาเดิม

"ก่อนที่เราจะสร้างเจ้าใน ครรภ์ เราก็รู้จักเจ้าแล้ว...
เราได้แต่งตั้งเจ้าให้เป็นผู้เผยพระวจนะแก่บรรดาประชาชาติ"
— เยเรมีย์ 1:5
การเรียกร้องนำไปสู่ความขัดแย้ง

พันธสัญญาใหม่

"เพราะเราทั้งหลายเป็นผลงานของพระองค์ ทรงสร้างเราในพระเยซูคริสต์เพื่อการดี
ซึ่งพระเจ้าทรงเตรียมไว้ล่วงหน้าแล้ว"

— เอเฟซัส 2:10

เก็บรักษาไว้เพื่อวัตถุประสงค์เฉพาะ

บทเรียน

ผู้ศรัทธาจำนวนมากมีความจริงใจ
มีเพียงไม่กี่รายที่ตั้งใจทำเช่นนั้น
คุณไม่ได้ถูกช่วยให้รอดมาเพื่อมีชีวิตอยู่เท่านั้น
คุณได้รับการช่วยให้รอดเพื่อรับใช้ผู้อื่น
ภารกิจอาจไม่ใช่การเทศน์บนแท่นบูชา
อาจเป็นเรื่องครอบครัว อาจเป็นเรื่องธุรกิจ อาจเป็นการอธิษฐานขอพร
หรืออาจเป็นการใช้อิทธิพล
แต่คุณมีอยู่แล้วหนึ่งอัน
หากพระเจ้าทรงปกป้องคุณไว้ ก็
ย่อมมีจุดประสงค์บางอย่างอยู่เบื้องหลัง
อันตรายไม่ใช่การสูญเสียความรอด
อันตรายคือการเสียเวลาในการมอบหมายงาน

คำถามเพื่อการไตร่ตรอง

1. ฉันอาจได้รับมอบหมายงานอะไรบ้าง?
2. ภาระของฉันมักจะกลับไปอยู่ที่ไหนเสมอ?
3. เรื่องการเชื่อฟังด้านไหนที่ทำให้ฉันกลัว?
4. ฉันนิ่งเฉยโดยมีจุดประสงค์หรือไม่?
5. ถ้าฉันตายไปโดยได้ทำสิ่งหนึ่งสำเร็จแล้ว สิ่งนั้นควรเป็นอะไร?

ตอบอย่างรอบคอบ

การประกาศ

ยืนขึ้นและประกาศ:

“ผมมีภารกิจที่ต้องทำ
ผมจะไม่ปล่อยให้การอนุรักษ์สูญเปล่า ผมจะยกระดับมาตรฐานในขอบเขตงานของผม
ผมยอมรับผิดชอบ”
พูดซ้ำด้วยน้ำเสียงหนักแน่น

การภาวนาแบบมีโครงสร้าง (45 นาที)

1. การนมัสการ (10 นาที)

จงถวายเกียรติแด่พระเจ้าผู้ทรงเรียก

2. การสอบถาม (15 นาที)

ถามอย่างชัดเจนว่า: “ภารกิจของฉันคืออะไร?”

3. การยอมจำนน (10 นาที)

มอบชีวิตของคุณทั้งหมดให้แก่พระองค์

4. ความกล้าหาญ (10 นาที)

อธิษฐานขอความกล้าหาญที่จะเชื่อฟัง
ปิดท้ายด้วย:
“ส่งฉันไป”

วันที่ 32

โปรแกรมปรับสมดุลวินัยเชิงกลยุทธ์ 7 วัน

เรื่องราวหลัก

การจัดตั้งกองกำลังติดอาวุธได้ผลเพราะมันเป็นการทำซ้ำๆ
การละหมาดตามรอบวันไม่ใช่เรื่องที่เลือกได้
การถือศีลอดมีโครงสร้างที่ชัดเจน และการเชื่อฟังเป็นสิ่งที่บังคับใช้
หลังจากการยอมจำนน หากระเบียบวินัยไม่ได้รับการฟื้นฟู
โครงสร้างเดิมก็จะกลับมาครอบครองดินแดนอีกครั้ง
คุณไม่สามารถแทนที่โครงสร้างที่แข็งแกร่งด้วยความศรัทธาที่อ่อนแอได้
ความศรัทธาที่แรงกล้าต้องอาศัยโครงสร้างพื้นฐาน
การอยู่รอดโดยปราศจากโครงสร้างจะนำไปสู่การล่มสลายในอนาคต
ดังนั้น การลงโทษจึงต้องทำอย่างตั้งใจ
ไม่คลุมเครือ
ไม่แสดงอารมณ์
วัดแล้ว
ได้รับการคุ้มครอง
ซ้ำแล้วซ้ำเล่า

หลักยึดพระคัมภีร์

พันธสัญญาเดิม

"แล้วดาเนียล...ก็กลับบ้าน...และคุกเข่าลงสามครั้งในวันนั้น
อธิษฐานและขอบพระคุณพระเจ้าของเขา ตามที่เขาเคยทำมาตั้งแต่สมัยก่อน"
— ดาเนียล 6:10

วิกฤตการณ์ไม่ได้ทำให้ธรรมเนียมปฏิบัติถูกยกเลิก

พันธสัญญาใหม่

"จงฝึกฝนตนเองเพื่อดำเนินชีวิตตามแบบอย่างของพระเจ้า"

— 1 ทิโมธี 4:7

ความศรัทธาในพระเจ้าไม่ได้เกิดขึ้นโดยบังเอิญ

โมเดลการรีเซ็ต 7 วัน

นี่ไม่ใช่การยึดติดกับกฎเกณฑ์

มันคือการสร้างรากฐานใหม่

สำหรับ 7 วันถัดไป:

1. เวลาละหมาดที่กำหนด ไว้

วันละหนึ่งชั่วโมงโดยไม่ถูกรบกวน

ราคาขั้นต่ำ

ไม่สามารถต่อรองได้

ใช้โครงสร้าง 60 นาที:

- 30 การนมัสการ
- 10 อำนาจอธิปไตย
- 10 การกลับใจ
- พระราชกฤษฎีกา 10 ฉบับ

ห้ามทำหลายอย่างพร้อมกัน

2 การ ซึมซับ พระคัมภีร์

อ่านพระวรสารหนึ่งเล่มให้จบภายใน 7 วัน

ไม่ใช่เรื่องบังเอิญ

ไฮไลต์ ขีด

เส้นใต้ เขียนบันทึก

3. การ ตรวจ สอบความซื่อสัตย์

ถามตัวเอง ทุกคืน ว่า:

- ชีวิตส่วนตัวของฉันตรงกับคำสารภาพของฉันหรือไม่?
- ฉันยอมประนีประนอมตรงไหนบ้าง?
- ฉันทำตามคำสั่งอย่างรวดเร็วหรือไม่?

เขียนคำตอบสั้นๆ

4. การฝึก วินัย การพูด

ห้ามบ่น

ห้ามนินทา ห้ามพูดเกินจริง

ถูกควบคุมด้วยวาจาเป็นเวลาเจ็ดวัน

5 การอด อาหาร

ต้องอดอาหารอย่างน้อยหนึ่งครั้งในช่วง 7 วันนั้น

ไม่ใช่พิธีกรรม แต่

เป็นการกระทำโดยเจตนา

6. การลดการ ใช้ สื่อดิจิทัล

ลดเสียงรบกวน

จำกัดการใช้สื่อ

จำกัดการเลื่อนหน้าจอ

โปรดระวังภัย

7. การ ตรวจ สอบความรับผิดชอบรายวัน

แจ้งให้คนที่คุณไว้ใจอย่างน้อยหนึ่งคนทราบ

รายงานความคืบหน้าประจำวัน

บทเรียน

การเบี่ยงเบนทางจิตวิญญาณนั้นเกิดขึ้นอย่างค่อยเป็นค่อยไป

การลงโทษเป็นสิ่งที่ตั้งใจทำ

ถ้าคุณไม่รีเซ็ต

คุณก็จะถอยหลัง

ความเข้มข้นค่อยๆ จางลง

ความสบายค่อยๆ คืบคลานเข้ามา การประนีประนอมเข้ามามีบทบาท

แต่จังหวะจะช่วยคืนความได้เปรียบ

การรีเซ็ตโดยตั้งใจเป็นเวลาเจ็ดวัน

สามารถฟื้นฟูความไวในการรับรู้ได้

คำถามเพื่อการไตร่ตรอง

1. วินัยของฉันอ่อนแอลงในด้านไหนบ้าง?
2. นิสัยใดบ้างที่ต้องปรับปรุงแก้ไขโดยทันที?
3. ฉันยินดีที่จะปกป้องเวลาหนึ่งชั่วโมงต่อวันหรือไม่?
4. ต้องกำจัดสิ่งรบกวนอะไรบ้าง?
5. ใครจะสามารถตรวจสอบความรับผิดชอบของฉันได้?

ตอบอย่างเป็นรูปธรรม

การประกาศ

ยืนขึ้นและประกาศ:

"ฉันเลือกศรัทธาที่มีระเบียบวินัย

ฉันปฏิเสธศาสนาคริสต์แบบไม่เคร่งครัด ฉันจะสร้างโครงสร้างขึ้นใหม่

ฉันจะไม่ปล่อยใจไปตามกระแส"

พูดซ้ำช้าๆ

การภาวนาแบบมีโครงสร้าง (45 นาที)

1. การนมัสการ (10 นาที)

จงถวายเกียรติแด่พระเจ้าผู้ทรงคู่ควรแก่การอุทิศตนอย่างมีวินัย

2. การสำนึกผิด (10 นาที)

สารภาพถึงความเกียจคร้านในส่วนที่ตนเองทำ

3. การจัดแนว (15 นาที)

ขอพลังเพื่อทำการจัดแนวใหม่ให้สมบูรณ์

4. การผนึกกำลัง (10 นาที)

ประกาศแผนการในอีก 7 วันข้างหน้าออกมาดังๆ

ปิดท้ายด้วย:

"ฉันจะทำการรีเซ็ตนี้ให้เสร็จสิ้น"

จุดดำเนินการ

1. เขียนตารางเวลา 7 วันของคุณในคืนนี้

2. กำจัดสิ่งรบกวนสำคัญอย่างน้อยหนึ่งอย่างออกไปทันที
3. แจ้งให้คู่หูที่รับผิดชอบของคุณทราบ
4. เริ่มงานพรุ่งนี้เช้าโดยไม่ชักช้า
5. ติดตามความคืบหน้าได้อย่างชัดเจน

วันที่ 33

คำประกาศความจงรักภักดี

เรื่องราวหลัก

เขาทำผิดกฎ
จากความเชื่อที่สืบทอด
มา สู่ความเชื่อที่ยอมจำนน
จากการก่อร่างสร้างตัว
สู่การเผชิญหน้า
จากการถูกกดขี่
สู่การอนุรักษ์
จากความเย้ายวนใจ
สู่ค่าคอมมิชชั่น
จากความอยู่รอด
สู่ระเบียบวินัย
ถึงจุดหนึ่ง ความจงรักภักดีจะไม่ใช่ความรู้สึกภายในอีกต่อไป
มันจึงกลายเป็นพันธสัญญาที่ประกาศใช้
เมื่อทหารให้คำมั่นว่าจะจงรักภักดี
ก็จะกล่าวออกมาเป็นคำพูด
เมื่อมีการทำพันธสัญญาในพระคัมภีร์ พันธสัญญา
เหล่านั้นจะถูกกล่าวออกมาเป็นคำพูด
ต้องแสดงความจงรักภักดีออกมาอย่างชัดเจน
เพราะสิ่งที่คุณไม่ได้พูดออกมา
คุณจะต้องเจรจาใหม่

หลักยึดพระคัมภีร์

พันธสัญญาเดิม

“ส่วนข้าพเจ้าและครอบครัวของข้าพเจ้า เราจะรับใช้พระเจ้า”
— โยชูวา 24:15
การประกาศต่อสาธารณะเป็นการปิดผนึกการตัดสินใจส่วนตัว

พันธสัญญาใหม่
“ถ้าท่านสารภาพด้วยปากว่าพระเยซูเป็นองค์พระผู้เป็นเจ้า
และเชื่อในใจ... ท่านก็จะได้รับความรอด”
— โรม 10:9
ความเชื่อภายใน
การสารภาพภายนอก

บทเรียน
คุณจะไม่มีทางหลงทางได้หากคุณประกาศพันธสัญญาไว้อย่างชัดเจน
แต่ถ้าความมุ่งมั่นของคุณยังไม่ชัดเจน
ก็ยังสามารถต่อรองได้
การประกาศความจงรักภักดีมีจุดประสงค์สี่ประการ:

1. มันช่วยชี้แจงตัวตนให้ชัดเจนขึ้น
2. มันปิดทางเข้าออก
3. มันปิดกั้นการเจรจา
4. เป็นการสร้างความรับผิดชอบ

ศัตรูไม่อาจล่อลวงสิ่งที่ถูกผนึกไว้ได้ง่ายๆ
คุณต้องระบุให้ชัดเจนว่า:
คุณสังกัดใคร
คุณปฏิเสธอะไร คุณยึดมั่นในอะไร และคุณจะไม่ยอมประนีประนอมกับอะไร

คำประกาศความจงรักภักดี
ยืน.
พูดประโยคนี้ช้าๆ:

“ฉันเป็นของพระเยซูคริสต์
ความภักดีของฉันมั่นคงแล้ว ฉันจะไม่กลับไปประนีประนอม
ฉันจะไม่ใช้ชีวิตอย่างแตกแยก ฉันจะยกระดับมาตรฐานในชีวิตของฉัน
ฉันจะดำเนินชีวิตอย่างมีระเบียบวินัย ฉันยอมรับภารกิจของฉัน ฉันปฏิเสธความเสแสร้ง
ฉันปฏิเสธการถอยหลัง ชีวิตของฉันถูกรักษาไว้เพื่อจุดประสงค์ มุ่งไปข้างหน้าเท่านั้น”
หยุดชั่วคราว.
พูดซ้ำอีกครั้ง

คำถามเพื่อการไตร่ตรอง

1. ฉันเคยแสดงความจงรักภักดีด้วยวาจามาก่อนหรือไม่?
2. ในด้านใดของชีวิตฉันที่ยังคงมีการเจรจาต่อรองอยู่?
3. กิจวัตรประจำวันของฉันสอดคล้องกับคำประกาศของฉันหรือไม่?
4. ใครจะรู้ว่าความภักดีของฉันได้ตัดสินใจแล้ว?
5. ถ้าต้องมีการทดสอบต่อหน้าสาธารณชน ฉันจะลงสมัครหรือไม่?

เขียนให้ชัดเจน

การภาวนาแบบมีโครงสร้าง (45 นาที)

1. การนมัสการ (10 นาที)

ถวายเกียรติแด่พระคริสต์ในฐานะพระเจ้า

2. การประกาศ (10 นาที)

กล่าวคำปฏิญาณตนต่อประเทศของคุณออกมาดัง ๆ

3. การยอมจำนน (15 นาที)

เสนออนาคต แผนการ และความทะเยอทะยานของคุณ

4. การผนึก (10 นาที)

ขอให้พระวิญญาณบริสุทธิ์ทรงเสริมสร้างพันธสัญญาให้แข็งแกร่งขึ้น
ปิดท้ายด้วย:
“ความจงรักภักดีของฉันได้รับการยืนยันแล้ว”

จุดดำเนินการ

1. เขียนคำประกาศความจงรักภักดีของคุณลงในสมุดบันทึก
2. พูดประโยคนี้ทุกวันติดต่อกัน 7 วัน

3. แจ้งให้คนใกล้ชิดทราบถึงความมุ่งมั่นของคุณ
4. ยกเลิกข้อประนีประนอมข้อใดข้อหนึ่งโดยทันที
5. ทบทวนคำประกาศนี้ทุกเดือน

วันที่ 34

การยืนหยัดในอำนาจ

เรื่องราวหลัก

หลังการยอมจำนน
หลังจากการถูกกดขี่ข่มเหง
หลังจากเก็บรักษาแล้ว
หลังจากหักค่าคอมมิชชั่นแล้ว
อำนาจไม่ได้เป็นเพียงทฤษฎีอีกต่อไปแล้ว
เมื่อกระสุนไม่สามารถปลิดชีพเขาได้
ขณะที่มีผู้คุ้มกันคอยดูแลเขาอยู่
เมื่อเขายังคงเทศนาต่อไปแม้จะถูกคุกคาม
อำนาจเริ่มปรากฏให้เห็น
เสียงไม่ดัง
แต่ก็ลงตัวแล้ว
อำนาจไม่ได้อยู่ที่ปริมาณ
อำนาจคือการสร้างความสอดคล้อง
คุณจะไม่ได้รับอำนาจด้วยการตะโกน
คุณจะได้รับอำนาจโดยการยอมจำนน

หลักยึดพระคัมภีร์

พันธสัญญาเดิม

“ดูเถิด เราได้มอบอำนาจให้แก่ท่าน...เหนืออำนาจทั้งสิ้นของศัตรู”
— ลูกา 10:19 (การสำเร็จตามแบบแผนอำนาจตามคำพยากรณ์)
(เรายึดหลักการนี้เป็นหลัก แต่ได้รวม OT ไว้อย่างชัดเจนด้วย:)
“แล้วดาวิดก็กล่าวแก่ชาวฟีลิสเตียว่า... ข้าพเจ้ามาหาท่านในนามของพระเจ้าแห่งกองทัพ”
— 1 ซามูเอล 17:45

อำนาจนั้นขึ้นอยู่กับข้อตกลง

พันธสัญญาใหม่

"อำนาจทั้งปวงได้มอบให้แก่เราแล้ว... ฉะนั้นจงไปเถิด"

— มัทธิว 28:18-19

อำนาจมาจากพระคริสต์ ไม่ใช่มาจากตัวตน

บทเรียน

ผู้เชื่อมีสามประเภท:

1. ผู้ศรัทธาที่ปราศจากอำนาจ — เต็มไปด้วยความหวาดกลัวและปฏิกิริยาตอบโต้
2. ผู้ศรัทธาที่เลียนแบบผู้มีอำนาจ — เสียงดังแต่ไม่มั่นคง
3. ผู้ศรัทธาที่ดำเนินชีวิตด้วยอำนาจ — เงียบขรึมแต่แน่วแน่ไม่หวั่นไหว

อำนาจที่แท้จริงมาจาก:

- สบายใจได้
- การเชื่อฟังอย่างสม่ำเสมอ
- ชีวิตการอธิษฐานที่เป็นระบบ
- ความจงรักภักดีที่ผนึกไว้
- มอบหมายงานชัดเจน

คุณไม่สามารถขจัดความกลัวได้หากคุณยังคงแตกแยก

คุณจะยืนหยัดอย่างมั่นคงไม่ได้หากเจรจากันแบบลับๆ

อำนาจคือการสอดคล้องกับรัฐบาลแห่งสวรรค์

และการใช้อำนาจนั้นกระทำผ่านทาง:

- คำ.
- การตัดสินใจ
- ขอบเขต
- การมีอยู่.

คำถามเพื่อการไตร่ตรอง

1. ฉันเข้าใจอำนาจทางจิตวิญญาณของฉันหรือไม่?

2. ฉันแสดงความขี้ขลาดในสถานการณ์ไหน ในเมื่อฉันควรยืนหยัดอย่างมั่นคง?
3. มีการประนีประนอมแอบแฝงที่ทำให้ความมั่นใจของฉันลดลงหรือไม่?
4. ฉันใช้อำนาจอย่างมีความรับผิดชอบหรือไม่?
5. ชีวิตการอธิษฐานของฉันสะท้อนให้เห็นถึงคนที่รู้จักบทบาทของตนเองหรือไม่?

ตอบตามความจริง

การประกาศ

ยืนขึ้นและประกาศ:

"ฉันยืนหยัดอยู่ภายใต้อำนาจของพระคริสต์
ฉันสอดคล้องกับการปกครองของสวรรค์ ฉันจะไม่ถอยหลัง ฉันจะไม่ใช้อำนาจในทางที่ผิด
ฉันดำเนินชีวิตด้วยความมั่นใจอย่างมีระเบียบวินัย"

พูดซ้ำด้วยน้ำเสียงหนักแน่น

การภาวนาแบบมีโครงสร้าง (45 นาที)

1. การนมัสการ (10 นาที)

ถวายเกียรติแด่พระคริสต์ในฐานะพระราชา

2. การปรับตัว (15 นาที)

อธิษฐานขอให้มีจิตใจที่บริสุทธิ์และซื่อตรง

3. การประกาศ (10 นาที)

ประกาศพระคัมภีร์เหนือชีวิตของคุณ

4. ความรับผิดชอบ (10 นาที)

จงขอสติปัญญาเพื่อใช้อำนาจอย่างนอบน้อม

ปิดท้ายด้วย:

"ฉันยืนหยัดอย่างมั่นคง"

จุดดำเนินการ

1. ระบุหนึ่งด้านที่คุณต้องใช้อำนาจทางจิตวิญญาณ
2. ขจัดข้อประนีประนอมใดๆ ที่ทำให้สถานะของคุณอ่อนแอลง
3. จงกล่าวพระคัมภีร์เหนือสิ่งแวดล้อมรอบตัวคุณ
4. จงเสริมสร้างวินัยในการอธิษฐานของคุณในวันนี้

5. จงดำเนินชีวิตอย่างมีสติ ตระหนักถึงอัตลักษณ์ของคุณในพระคริสต์

วันที่ 35

ความอดทนที่เหนือกว่าความเข้มข้น

เรื่องราวหลัก

ไฟไหม้รุนแรงมาก
ภาพที่เห็นนั้นเข้มข้นมาก
เหตุการณ์ที่เกิดขึ้นในโรงแรมนั้นรุนแรงมาก
การยิงปะทะรุนแรงมาก
การอพยพเป็นไปอย่างเข้มข้น
แต่ความเข้มข้นนั้นเป็นเพียงชั่วขณะ
ความอดทนเป็นสิ่งที่จะต้องฝึกฝนไปตลอดชีวิต
หลังจากสื่อเงียบหายไป
หลังจากเจ้าหน้าที่คุ้มกันกลับสู่ภาวะปกติ หลังจากภัยคุกคามลดลง
หลังจากฝูงชนสลายตัวไป
คุณก็เหลือเพียงชีวิตประจำวันธรรมดาๆ เท่านั้น
และจำนวนวันธรรมดาๆ นี่แหละที่จะเป็นตัวกำหนดอายุขัย
หลายคนเริ่มต้นได้อย่างแข็งแกร่ง
น้อยคนนักที่จะคงความมั่นคงไว้ได้
ความอดทนไม่ใช่เรื่องน่าตื่นเต้นอะไร
มันคือการฝึกซ้ำอย่างมีระเบียบวินัย

หลักยึดพระคัมภีร์

พันธสัญญาเดิม

"จงวิ่งด้วยความอดทนในการแข่งขันที่อยู่เบื้องหน้าเรา"
— ฮีบรู 12:1
การแข่งขันไม่ใช่การวิ่งระยะสั้น
(สิ่งนี้สะท้อนถึงความอดทนในพันธสัญญาเดิมที่สำเร็จสมบูรณ์ในพระคริสต์)

อีกด้วย:

"แม้จะล่าช้า จงรอคอยเถิด"

— ฮาบาคุก 2:3

การทดสอบความอดทนโดยการหน่วงเวลา

พันธสัญญาใหม่

"ผู้ใดอดทนจนถึงที่สุด ผู้นั้นจะได้รับความรอด"

— มัทธิว 24:13

ไม่ใช่คนที่เริ่มต้นเสียงดัง แต่

เป็นคนที่อดทน

บทเรียน

ความอดทนสร้างขึ้นได้จาก:

- การสวดมนต์ประจำวัน
- การเชื่อฟังอย่างสม่ำเสมอ
- ปฏิเสธการกระทำที่ทำให้ขุ่นเคือง
- จงปกป้องหัวใจของคุณ
- ปกป้องความบริสุทธิ์
- ปักหลักอยู่กับที่

การล่มสลายทางจิตวิญญาณนั้นไม่ค่อยเกิดขึ้นอย่างฉับพลัน

มันค่อยๆสึกกร่อนไปอย่างช้าๆ

ความอดทนช่วยปกป้องภารกิจของตน

คุณไม่ได้อดทนด้วยอารมณ์

คุณอดทนได้ด้วยจังหวะของตัวเอง

คุณไม่สามารถดำรงอยู่ได้ด้วยคำชมจากสาธารณชน

คุณอดทนด้วยการฝึกฝนตนเองภายในใจ

ถ้าคุณทนความเบื่อหน่ายไม่ได้

คุณก็อยู่รอดอายุยืนไม่ได้เช่นกัน

คำถามเพื่อการไตร่ตรอง

1. ฉันแสวงหาความเข้มข้นมากกว่าความมั่นคงใช่หรือไม่?

2. ฉันควรรับมืออย่างไรเมื่อความตื่นเต้นจางหายไป?
3. วินัยใดบ้างที่ช่วยปกป้องการเดินของฉันในระยะยาว?
4. ฉันกำลังสร้างนิสัยที่ยั่งยืนไปอีก 20 ปีหรือไม่?
5. ถ้าการกดขี่ข่มเหงกลับมาอีกในวันพรุ่งนี้ ฉันจะยังคงยืนหยัดอยู่ได้หรือไม่?

ตอบอย่างลึกซึ้ง

การประกาศ

ยืนขึ้นและประกาศ:

"ฉันจะอดทน
ฉันจะไม่หมดไฟ ฉันจะไม่ปล่อยใจไปตามกระแส
ฉันจะคงเส้นคงวา
ความศรัทธาของฉันนั้นยั่งยืน"

พูดซ้ำช้าๆ

การภาวนาแบบมีโครงสร้าง (45 นาที)

1. การนมัสการ (10 นาที)

จงถวายเกียรติแด่พระคริสต์ผู้ทรงสัตย์ซื่อ

2. พลังใจ (15 นาที)

ขอพรให้มีพลังใจที่แข็งแกร่ง

3. การป้องกัน (10 นาที)

อธิษฐานเพื่อป้องกันการลอยล่องอย่างช้าๆ

4. ความมุ่งมั่น (10 นาที)

มุ่งมั่นที่จะเชื่อฟังเป็นเวลานาน

ปิดท้ายด้วย:

"ฉันจะจบเรื่องนี้ให้ดี"

จุดดำเนินการ

1. เสริมสร้างวินัยระยะยาวหนึ่งอย่างให้แข็งแกร่ง
2. กำจัดพฤติกรรมหนึ่งอย่างที่นำไปสู่ภาวะหมดไฟ
3. พักผ่อนอย่างตั้งใจโดยไม่ละทิ้งด้านจิตวิญญาณ
4. อ่านฮีบรูบทที่ 12 อย่างช้าๆ

5. วางแผนด้านจิตวิญญาณของคุณสำหรับ 30 วันข้างหน้า

วันที่ 36

ความศักดิ์สิทธิ์คือการปกป้อง

เรื่องราวหลัก

กระสุนปืนไม่สามารถปลิดชีวิตเขาได้
การข่มขู่ไม่ได้ทำให้เขาเงียบลง
ฝ่ายตรงข้ามไม่ได้ทำให้เขาเสื่อมเสียชื่อเสียง
แต่บางสิ่งที่อันตรายกว่านั้นอาจทำลายทุกอย่างไปโดยเงียบๆ:
การประนีประนอมส่วนตัว
ไม่มีผู้หญิงขายบริการคนไหนสามารถปกป้องคุณจากบาปที่ซ่อนเร้นได้
ไม่มีการแทรกแซงใด ๆ จากประธานาธิบดีที่จะสามารถรักษาความซื่อสัตย์สุจริตไว้ได้
การเคลื่อนย้ายผู้ป่วยทางอากาศไม่สามารถเยียวยาความเสื่อมถอยทางศีลธรรมได้
ภัยคุกคามที่ร้ายแรงที่สุดมักไม่ได้มาจากภายนอก
มันคือการกัดกร่อนจากภายใน
ความศักดิ์สิทธิ์ไม่ใช่การยึดติดกับกฎเกณฑ์
เป็นการปกป้องทางจิตวิญญาณ
เมื่อจิตสำนึกบริสุทธิ์
อำนาจย่อมแข็งแกร่ง
เมื่อใจแตกแยก
ความมั่นใจก็จะลดลง
ศัตรูพ่ายแพ้ด้วยความรุนแรง
เขาจะพยายามใช้วิธีการทุจริต

หลักยึดพระคัมภีร์

พันธสัญญาเดิม

"ใครเล่าจะขึ้นไปบนภูเขาของพระเจ้าได้? … คือผู้ที่มีมือสะอาดและใจบริสุทธิ์"
— สดุดี 24:3–4

การเข้าถึงจำเป็นต้องมีความบริสุทธิ์

พันธสัญญาใหม่

"จงแสวงหาความบริสุทธิ์... เพราะถ้าปราศจากความบริสุทธิ์แล้ว จะไม่มีใครได้เห็นพระเจ้า"

— ฮีบรู 12:14

ความศักดิ์สิทธิ์ไม่ใช่สิ่งที่เลือกได้

บทเรียน

ความศักดิ์สิทธิ์ปกป้องเราได้สามวิธี:

1. มันช่วยรักษาอำนาจไว้
2. มันช่วยปกป้องความน่าเชื่อถือ
3. มันสร้างผลกระทบที่ยั่งยืนยาวนานหลายรุ่น

การถูกกดขี่ข่มเหงอาจทำให้คุณก้าวหน้าขึ้นได้

การทำบาปจะทำให้คุณหมดสิทธิ์

เรื่องราวที่น่าเศร้าที่สุดไม่ใช่เรื่องราวของผู้ที่ถูกทำร้าย

พวกเขาคือผู้ที่ได้รับการอนุรักษ์ไว้ แต่ต่อมากลับถูกทำลายลง

ความศักดิ์สิทธิ์ไม่ได้เกี่ยวข้องกับความกลัว

มันเกี่ยวกับการจัดแนวให้ตรงกัน

มันทำหน้าที่ปกป้อง:

- ชีวิตสมรสของคุณ
- พันธกิจของคุณ
- ลูกๆ ของคุณ
- อิทธิพลของคุณ
- ความสงบสุขของคุณ

ความศักดิ์สิทธิ์คือการเฝ้าระวังทุกวัน

ไม่ใช่ความเข้มข้นที่เกิดขึ้นเป็นครั้งคราว

คำถามเพื่อการไตร่ตรอง

1. มีการประนีประนอมที่ซ่อนเร้นอยู่ในชีวิตของฉันหรือไม่?
2. รูปแบบส่วนตัวใดบ้างที่อาจทำให้ความน่าเชื่อถือของฉันลดลง?
3. การเปิดเผยเรื่องนี้จะทำให้ความน่าเชื่อถือของฉันเสียหายหรือไม่?
4. ฉันมองความศักดิ์สิทธิ์อย่างไม่จริงจังหรือเปล่า?
5. ฉันต้องเสริมสร้างขอบเขตใดบ้าง?

ตอบโดยไม่ต้องแสดงผลงาน

การประกาศ

ยืนขึ้นและประกาศ:

"ข้าพเจ้าแสวงหาความบริสุทธิ์

ชีวิตส่วนตัวของข้าพเจ้าจะคงความสะอาดบริสุทธิ์ ข้าพเจ้าปกป้องหัวใจของข้าพเจ้า

ข้าพเจ้าปฏิเสธการประนีประนอมอย่างลับๆ ความบริสุทธิ์ปกป้องภารกิจของข้าพเจ้า"

พูดซ้ำช้าๆ

การภาวนาแบบมีโครงสร้าง (45 นาที)

1. การนมัสการ (10 นาที)

จงให้เกียรติพระเจ้าในฐานะผู้บริสุทธิ์

2. การสอบสวน (15 นาที)

ขอให้เปิดเผยการทุจริตที่ซ่อนเร้น

3. การสำนึกผิด (10 นาที)

สารภาพอย่างเจาะจง

4. การปกป้อง (10 นาที)

ขอพลังเพื่อปกป้องชีวิตของคุณ

ปิดท้ายด้วย:

"โปรดปกป้องหัวใจของฉัน"

จุดดำเนินการ

1. กำจัดอิทธิพลที่ก่อให้เกิดความเสียหายออกไปหนึ่งอย่างในวันนี้

2. เสริมสร้างความรับผิดชอบให้มากขึ้น
3. จงตั้งใจปกป้องความคิดของคุณ
4. อ่านสดุดีบทที่ 24 อย่างช้าๆ
5. กำหนดให้ขอบเขตหนึ่งข้อเป็นขอบเขตที่ไม่สามารถต่อรองได้

วันที่ 37

สิ่งที่ความอดทนของคุณสร้างขึ้น

เรื่องราวหลัก

เรื่องราวนี้ไม่ได้เป็นเพียงเรื่องของการเอาชีวิตรอดเท่านั้น
มันเกี่ยวกับสิ่งที่ถูกสร้างขึ้นหลังจากการเอาชีวิตรอด
กระทรวงยังคงดำเนินการต่อไป
โบสถ์ก่อตั้งขึ้นแล้ว
ชุมชนที่ได้รับผลกระทบ
El- Buba Outreach Ministries International (EBOMI)
ก่อตั้งขึ้นโดยมีการสานต่อโครงสร้างอย่างเป็นระบบ
ครอบครัวยังคงกินข้าวด้วยกัน แม้จะแบ่งแยกด้วยศาสนา แต่ไม่ใช่ด้วยความเกลียดชัง
ญาติพี่น้องทั้งชาวมุสลิมและชาวคริสต์นั่งร่วมโต๊ะเดียวกัน
ให้บริการแก่ชุมชนที่ผู้รับประโยชน์ส่วนใหญ่ยังคงนับถือศาสนาอิสลาม
โรงเรียน
การสนับสนุนด้านการเกษตร การดูแลคนยากจนและผู้ด้อยโอกาส
ประชากรส่วนใหญ่ไม่ได้นับถือศาสนาคริสต์
ความอดทนสร้างสะพานแห่งความเข้าใจ
ความศักดิ์สิทธิ์ช่วยปกป้องความน่าเชื่อถือ
ความสม่ำเสมอสร้างความไว้วางใจ
ผลกระทบข้ามรุ่นต้องการความมั่นคง
คุณไม่สามารถสร้างชื่อเสียงให้เป็นที่ยอมรับได้ด้วยความมุ่งมั่นอย่างแรงกล้า
คุณสร้างมันขึ้นมาได้ด้วยความอดทน

หลักยึดพระคัมภีร์

พันธสัญญาเดิม

"คนรุ่นหนึ่งจะสรรเสริญพระราชกิจของพระองค์แก่คนรุ่นหลัง"
— สดุดี 145:4
ความศรัทธาต้องส่งต่อ

พันธสัญญาใหม่

"สิ่งต่างๆ ที่ท่านได้ยินจากข้าพเจ้า...
จงมอบหมายให้แก่คนซื่อสัตย์ที่จะสามารถสอนคนอื่นๆ ต่อไปได้ด้วย"
— 2 ทิโมธี 2:2
สี่ชั่วอายุคนในบทเดียว

บทเรียน

ความอดทนของคุณไม่ได้มีไว้สำหรับคุณคนเดียว
มันสร้างขึ้น:

- สร้างความมั่นคงให้แก่ลูกๆ ของคุณ
- จงเชื่อมั่นในชุมชนของคุณ
- ความน่าเชื่อถือในสภาพแวดล้อมที่แตกแยก
- แพลตฟอร์มสำหรับการสร้างอิทธิพล

ถ้าคุณล้มเหลวทางศีลธรรม
คนรุ่นต่อไปจะต้องเป็นผู้รับผลกระทบ
หากคุณอดทนอย่างแน่วแน่
คนรุ่นต่อไปก็จะแข็งแกร่งขึ้น
ความศักดิ์สิทธิ์ช่วยสืบทอดมรดก
ความอดทนช่วยขยายอิทธิพล
ชีวิตของคุณไม่ได้โดดเดี่ยว
มันเป็นเรื่องของคนแต่ละรุ่น

คำถามเพื่อการไตร่ตรอง

1. ลูกๆ ของฉันจะได้รับมรดกอะไรจากเส้นทางชีวิตของฉัน?
2. ฉันกำลังสร้างแบบจำลองทางจิตวิญญาณแบบไหนอยู่?
3. ความอดทนของฉันช่วยเสริมสร้างความแข็งแกร่งให้ผู้อื่นหรือไม่?
4. ถ้าฉันหยุดวันนี้ จะเหลืออะไรเป็นมรดกบ้าง?
5. ใครบ้างที่ได้เรียนรู้จากความสม่ำเสมอของฉัน?

ตอบด้วยความจริงจัง

การประกาศ

ยืนขึ้นและประกาศ:

“ชีวิตของฉันจะสร้างความแข็งแกร่งให้แก่คนรุ่นหลัง
ฉันจะไม่ล้มลง ฉันจะยืนหยัดอย่างซื่อสัตย์
การเชื่อฟังของฉันจะคงอยู่ต่อไปแม้หลังจากที่ฉันจากไปแล้ว”

พูดซ้ำด้วยน้ำเสียงหนักแน่น

การภาวนาแบบมีโครงสร้าง (45 นาที)

1. ความกตัญญู (10 นาที)

ขอบคุณพระเจ้าสำหรับสิ่งที่ทรงประทานให้แก่ชีวิตของคุณ

2. วิสัยทัศน์ (15 นาที)

อธิษฐานเพื่อความมั่นคงของคนรุ่นต่อไป

3. การปกป้อง (10 นาที)

ขอให้พระเจ้าทรงคุ้มครองมรดกของคุณ

4. ภารกิจ (10 นาที)

ตั้งใจทำงานให้เสร็จเรียบร้อย

ปิดท้ายด้วย:

“การเชื่อฟังของข้าพเจ้าจะทวีคูณ”

วันที่ 38

ความภักดีที่ซ่อนเร้นในระบบสาธารณะ

เรื่องราวหลัก

หลังการยอมจำนน

หลังการถูกกดขี่ข่มเหง หลังการรอดชีวิต

เขาไม่ได้หายตัวไปอย่างโดดเดี่ยว

เขาไม่ได้ถอนตัวออกจากพื้นที่ของชาวมุสลิมโดยสิ้นเชิง

ครอบครัวยังคงแตกแยกกันในเรื่องศาสนา

แต่ไม่ได้ขาดความสัมพันธ์กัน

พวกเขายังคงกินข้าวด้วยกันอยู่

แม่เคยทำงานในบ้านหลังนั้นมาก่อน ก่อนที่จะเข้าเวรเต็มเวลา

พี่ชายเปลี่ยนศาสนาขณะที่ยังทำงานอยู่ในนั้น การอบรมสั่งสอนเกิดขึ้นภายในระบบต่างๆ

แม้กระทั่งในปัจจุบันนี้:

จากการดำเนินงานเพื่อเข้าถึงชุมชนและการสนับสนุนของมูลนิธิ

ผู้รับประโยชน์ส่วนใหญ่เป็นชาวมุสลิม

โรงเรียน

ที่ดินเพื่อการเกษตร การช่วยเหลือผู้ยากไร้

การให้บริการไม่ขึ้นอยู่กับการเปลี่ยนมาใช้บริการของผู้อื่น

ความภักดีเปลี่ยนไป แต่

การปรากฏตัวยังคงอยู่

นี่คือวุฒิภาวะเชิงกลยุทธ์

หลักยึดพระคัมภีร์

พันธสัญญาเดิม

"และเมื่อนาอามานกลับมา... เขากล่าวว่า...
ขอพระเจ้าทรงอภัยโทษแก่ผู้รับใช้ของท่านในเรื่องนี้ เมื่อนายของข้าพเจ้าเข้าไปในวิหาร
ริมโมน ... และข้าพเจ้ากราบไหว้"

— 2 พงศ์กษัตริย์ 5:18

ความภักดีของนาอามานเปลี่ยนไป แต่
สภาพแวดล้อมรอบตัวเขาไม่ได้เปลี่ยนแปลงในทันที

อีกด้วย:

"ดาวิดอาศัยอยู่กับ อาคิช กษัตริย์แห่งกัท"

— 1 ซามูเอล 27:3

ชายผู้ทำพันธสัญญา
ดินแดนต่างประเทศ

พันธสัญญาใหม่

"มีชายคนหนึ่งในพวกฟาริสี ชื่อนิโคเดมัส..."

— ยอห์น 3:1

ความภักดีที่ซ่อนเร้น จังหวะ
เวลาเชิงกลยุทธ์

และ:

"โยเซฟแห่งอาริมาเธีย...เป็นสาวกของพระเยซู แต่เป็นสาวกอย่างลับๆ
เพราะกลัวพวกยิว"

— ยอห์น 19:38

การซ่อนตัวไม่ได้หมายความว่าไม่ซื่อสัตย์

บทเรียน

การเชื่อฟังไม่ได้หมายความว่าต้องแสดงออกอย่างเสียงดังเสมอไป
ไม่ใช่ว่าความภักดีทุกอย่างจะต้องถูกดึงตัวออกมาในทันที
บางงานต้องมีข้อกำหนดดังนี้:

- การมีอยู่เชิงกลยุทธ์
- ความต่อเนื่องของความสัมพันธ์
- ความฉลาดทางอารมณ์

- ความอดทน.

หากผู้ที่เปลี่ยนศาสนาทุกคนละทิ้งสิ่งแวดล้อมในทันที
สะพานก็จะพังทลายลง
การเป็นศิษย์ที่ซ่อนเร้นไม่ใช่การประนีประนอม
หากความจงรักภักดีได้รับการตัดสินจากภายในแล้ว
อันตรายคือความภักดีที่แตกแยก
แต่ความจงรักภักดีที่มั่นคงสามารถดำรงอยู่ได้ภายในระบบที่ซับซ้อน
เรื่องนี้ต้องอาศัยวุฒิภาวะ
ไม่ใช่ความไม่มั่นใจ

คำถามเพื่อการไตร่ตรอง

1. ฉันควรจะถอนตัว หรือควรจะคงอยู่ต่อไปอย่างมีกลยุทธ์?
2. การปรากฏตัวของฉันในสถานที่บางแห่งเป็นการประนีประนอมหรือเป็นการได้รับมอบหมาย?
3. ฉันรู้ความแตกต่างระหว่างความกลัวและปัญญาหรือไม่?
4. ฉันจะสามารถสร้างอิทธิพลได้โดยที่ไม่ต้องประกาศให้ใครรู้ได้อย่างไร?
5. ฉันตัดสินใจเรื่องความภักดีของตัวเองภายในใจแล้วหรือยัง?

โปรดตอบอย่างระมัดระวัง

การประกาศ

ยืนขึ้นและประกาศ:
"ความภักดีของผมนั้นแน่วแน่แล้ว
การปรากฏตัวของผมจะเป็นไปอย่างมีกลยุทธ์ ผมจะไม่ยอมประนีประนอม
ผมจะใช้อิทธิพลอย่างชาญฉลาด และผมจะอยู่ที่ที่ได้รับมอบหมาย"
พูดซ้ำช้าๆ

การภาวนาแบบมีโครงสร้าง (45 นาที)

1. การนมัสการ (10 นาที)

จงให้เกียรติพระเจ้าผู้ทรงอำนาจสูงสุดในทุกสรรพสิ่ง

2. การพิจารณาไตร่ตรอง (15 นาที)

ขอความชัดเจนว่าควรอยู่ตรงไหนและควรถอนตัวออกจากตรงไหน

3. ความซื่อสัตย์สุจริต (10 นาที)

อธิษฐานขอให้เกิดความจงรักภักดีอย่างมั่นคงภายในระบบราชการ

4. ค่าคอมมิชชั่น (10 นาที)

เสนอตัวเพื่อรับงานในตำแหน่งที่เหมาะสมเชิงกลยุทธ์

ปิดท้ายด้วย:

“โปรดจัดวางฉันให้เหมาะสม”

จุดดำเนินการ

1. ระบุสภาพแวดล้อมที่คุณต้องเป็นทั้งเกลือและแสงสว่าง
2. กำจัดสภาพแวดล้อมใดๆ ที่ก่อให้เกิดความเสี่ยงออกไป
3. เสริมสร้างความเชื่อมั่นภายในก่อนที่จะโน้มน้าวใจสาธารณะ
4. ศึกษาเรื่องราวของนาอามานและนิโคเดมัสอย่างละเอียดถี่ถ้วน
5. จงอธิษฐานขอสติปัญญาในสถานการณ์ที่แตกแยก

ตอนนี้เรากำลังอยู่บนขอบเหวแล้ว

วันที่ 39 จะเป็นการยืนยันพันธสัญญาอย่างสมบูรณ์

วันที่ 40 จะเป็นวันเริ่มดำเนินการ

วันที่ 39

พันธสัญญาแห่งความจงรักภักดี

เรื่องราวหลัก

เขาเปลี่ยนจากความเชื่อที่สืบทอดมาสู่ความเชื่อที่เลือกเอง
เขาเผชิญหน้ากับไฟ
เขาถูกยิง
เขาต้องเผชิญกับความผิดหวัง
เขาเผชิญกับแรงกระตุ้นที่จะกลับไป
เขาถูกทักท้วง — "เราทำเกินไปแล้ว"
เขาได้รับมอบหมายงาน — "คุณมีภารกิจต้องทำ"
เขาฟื้นฟูระเบียบวินัยขึ้นมาใหม่
เขาอยู่ภายใต้การคุ้มครอง
เขายังคงปรากฏตัวอยู่ในพื้นที่ที่แบ่งแยก
สิ่งที่เหลืออยู่ตอนนี้คือสิ่งนี้:
พันธสัญญา
ไม่ใช่อารมณ์
ไม่ใช่ประสบการณ์
ข้อตกลง.
ตลอดทั้งพระคัมภีร์ เมื่อมนุษย์ดำเนินชีวิตอย่างลึกซึ้งกับพระเจ้า พวกเขาก็ได้ทำพันธสัญญา
โจชัวประกาศเรื่องนี้
เดวิดปกป้องมันไว้
แดเนียลเฝ้ารักษามันไว้
พอลทำเสร็จใต้สิ่งนั้น

ข้อตกลงดังกล่าวปิดฉากการเจรจาแล้ว

หลักยึดพระคัมภีร์

พันธสัญญาเดิม

"แล้วในวันนั้นโยชูวาได้ทำพันธสัญญากับประชาชน..."

— โยชูวา 24:25

การตัดสินใจนั้นมีผลผูกพัน

อีกด้วย:

"จงรู้ไว้เถิดว่า พระยาห์เวห์พระเจ้าของท่าน พระองค์ทรงเป็นพระเจ้า พระเจ้าผู้ทรงสัตย์ซื่อ ผู้ทรงรักษาสัญญา..."

— เฉลยธรรมบัญญัติ 7:9

พระเจ้าทรงให้เกียรติแก่พันธสัญญา

พันธสัญญาใหม่

"ถ้วยนี้เป็นพันธสัญญาใหม่ในโลหิตของเรา..."

— ลูกา 22:20

ความจงรักภักดีที่ผนึกไว้ด้วยการเสียสละ

และ:

"ข้าพเจ้าได้ต่อสู้การต่อสู้ที่ดีแล้ว ข้าพเจ้าได้วิ่งจนถึงเส้นชัยแล้ว
ข้าพเจ้าได้รักษาความเชื่อไว้แล้ว"

— 2 ทิโมธี 4:7

พันธสัญญาคงอยู่จนถึงที่สุด

บทเรียน

พันธสัญญาไม่ใช่ความกระตือรือร้น

นั่นคือเจตนาที่มีผลผูกพัน

คำตอบนี้ช่วยตอบคำถามสี่ข้อ:

1. ฉันเป็นของใคร?

2. ฉันปฏิเสธอะไรบ้าง?
3. ฉันต้องให้คำมั่นสัญญากับอะไรบ้าง?
4. ฉันจะไม่เจรจาต่อรองอะไรอีกบ้าง?

หากปราศจากพันธสัญญา วินัยก็จะจางหายไป
หากปราศจากพันธสัญญา ความอดทนก็จะอ่อนแอลง
หากปราศจากพันธสัญญา ความศักดิ์สิทธิ์ก็เป็นเพียงการเจรจาต่อรอง
พันธสัญญา ช่วยกำหนด อัตลักษณ์
นี่ไม่ใช่เรื่องของผลงาน
มันเกี่ยวกับความจงรักภักดีที่มั่นคง
คุณเป็นคนประเภทใดประเภทหนึ่งต่อไปนี้:
บางครั้งผูกพัน
หรือ ยึดโยง ด้วยพันธสัญญา
Covenant ยืนหยัดผ่านพายุได้

คำแถลงพันธสัญญา

คุณจะต้องเขียนเรื่องนี้ด้วยคำพูดของคุณเอง
แต่กรอบแนวคิดมีดังนี้:
"ข้าพเจ้าเป็นของพระเยซูคริสต์อย่างสมบูรณ์
ความจงรักภักดีของข้าพเจ้ามีเพียงหนึ่งเดียว ข้าพเจ้าขอละทิ้งความจงรักภักดีที่แบ่งแยก
ข้าพเจ้าขอละทิ้งการประนีประนอมที่ซ่อนเร้น ข้าพเจ้ายอมรับภารกิจของข้าพเจ้า
ข้าพเจ้าขออุทิศตนอย่างมีวินัย ข้าพเจ้าขออุทิศตนเพื่อความบริสุทธิ์
ข้าพเจ้าขออุทิศตนเพื่อความอดทน ข้าพเจ้าจะไม่กลับไปสู่แบบแผนเดิม
ข้าพเจ้าขอผนึกพันธสัญญาฉบับนี้ต่อหน้าพระเจ้า"
เขียนมันลงไป
เซ็นชื่อลงไป
ระบุวันที่ด้วย
เก็บไว้เถอะ

คำถามเพื่อการไตร่ตรอง

1. ศรัทธาของฉันเป็นแบบพันธสัญญาหรือแบบอารมณ์?
2. ฉันไม่ได้ระบุอะไรไว้ในคำมั่นสัญญาของฉันบ้าง?

3. พื้นที่ใดบ้างที่ยังคงเจรจาภายใต้แรงกดดัน?
4. ฉันเข้าใจถูกต้องหรือไม่ว่า พันธสัญญานั้นมาพร้อมกับความรับผิดชอบ?
5. หากมีการทดสอบในที่สาธารณะ ข้อตกลงนี้จะยังคงมีผลบังคับใช้หรือไม่?

ตอบอย่างมีสติ

การภาวนาอย่างเป็นระบบ (60 นาทีในวันนี้)

1. การนมัสการ (15 นาที)

ถวายเกียรติแด่พระเจ้าผู้ทรงรักษาสัญญา

2. การสอบถาม (15 นาที)

จงขอความกระจ่างในทุกด้านของชีวิต

3. การประกาศ (15 นาที)

อ่านพันธสัญญาของคุณออกเสียงดัง ๆ ช้า ๆ

4. การผนึก (15 นาที)

ขอให้พระวิญญาณบริสุทธิ์ทรงเสริมกำลังความตั้งใจให้แข็งแกร่งขึ้น

ปิดท้ายด้วย:

"พันธสัญญาของฉันยังคงอยู่"

จุดดำเนินการ

1. เขียนและลงนามในพันธสัญญาของคุณในวันนี้
2. ยกเลิกข้อประนีประนอมข้อใดข้อหนึ่งโดยทันที
3. จงแบ่งปันพันธสัญญาของคุณกับผู้เชื่อที่คุณไว้วางใจเพียงคนเดียว
4. จัดให้มีการทบทวนข้อตกลงนี้ทุกเดือน
5. อ่านโยชูวา บทที่ 24 และลูกา บทที่ 22 อย่างช้าๆ

ขณะนี้เรามาถึงด่านสุดท้ายแล้ว

วันที่ 40 จะไม่ใช่วันแห่งการทบทวน

จะเริ่มใช้งานอย่างเป็นทางการแล้ว

มันจะรวบรวม:

- ไฟ
- การอนุรักษ์
- งานที่มอบหมาย

- การลงโทษ
- ความอดทน
- ความศักดิ์สิทธิ์
- พันธสัญญา

และปล่อยคุณไปข้างหน้า

วันที่ 40

ได้รับมอบหมายภายใต้สถานการณ์คับขัน

โครงเรื่อง

พ่อชักดาบขึ้นมา
มีคุณแม่ท่านหนึ่งกำลังสวดมนต์อยู่ภายในบ้านหลังเดียวกันนั้น
พี่ชายคนหนึ่งถูกทำร้ายแต่รอดชีวิตมาได้
ลูกชายได้เห็นเปลวไฟจากสวรรค์พุ่งลงมาใส่ครูของตน
เขาได้เห็นนรกมาแล้ว
เขาได้เห็นสวรรค์ — เมืองที่สวยงามนั้น
เขารอดชีวิตจากการถูกยิง
เศษโลหะกระแทกศีรษะเขา
เลือดไหลนอง
ทุกคนเข้าใจว่าเขาเสียชีวิตแล้ว
เขาได้รับการช่วยเหลือไว้ได้
มีผู้คุ้มกันคอยดูแลเขา
ประธานาธิบดีได้จัดให้มีการเคลื่อนย้ายผู้ป่วยทางอากาศ
เขาได้รับการตรวจร่างกายแล้ว ไม่พบความเสียหายใดๆ
เขาเกือบจะกลับมาแล้ว
เขาถูกทักท้วง — "เราทำเกินไปแล้ว"
เขาได้รับมอบหมายงาน — "คุณมีภารกิจต้องทำ"
เขาปลูกฝังระเบียบวินัย
เขาปฏิเสธความเสแสร้ง
เขาอดทน
เขายังคงรักษาความบริสุทธิ์ไว้
เขาได้ทำพันธสัญญาไว้แล้ว
สิ่งที่เหลืออยู่ตอนนี้คือสิ่งนี้:

คุณ.

หลักยึดพระคัมภีร์

พันธสัญญาเดิม

"ข้าพระองค์อยู่ที่นี่ โปรดส่งข้าพระองค์ไปเถิด"

— อิสยาห์ 6:8

การพบปะต้องนำไปสู่การส่งต่อ

พันธสัญญาใหม่

"พระบิดาทรงส่งเรามาอย่างไร เราก็ส่งท่านทั้งหลายไปอย่างนั้น"

— ยอห์น 20:21

การอนุรักษ์กลายเป็นภารกิจสำคัญ

บทเรียนสุดท้าย

การเดินทาง 40 วันนี้ไม่ได้มีจุดประสงค์เพื่อการชื่นชม

มันเกี่ยวกับการเปลี่ยนแปลง

ไม่ใช่เรื่องเกี่ยวกับการเล่าเรื่อง

แต่เกี่ยวกับเรื่องการจัดแนว

ไฟไหม้นั้นเป็นของจริง

การถูกกดขี่ข่มเหงนั้นเป็นเรื่องจริง

ความเย้ายวนใจนั้นมีอยู่จริง

การอนุรักษ์นั้นเป็นเรื่องจริง

แต่ความจริงที่สำคัญกว่านั้นคือ:

พระเจ้าทรงทำทุกสิ่งเพื่อชีวิตที่มอบถวายแด่พระองค์เพียงหนึ่งเดียว

หากคุณได้ใช้เวลา 40 วันนี้อย่างตั้งใจ:

คุณไม่เหมือนเดิมแล้ว

ตอนนี้คุณเข้าใจแล้ว:

- ความจงรักภักดีเป็นเรื่องสำคัญ

- ความศักดิ์สิทธิ์ปกป้องคุ้มครอง
- วินัยคือสิ่งที่ยั่งยืน
- ความอดทนเป็นสิ่งสำคัญ
- ตราประทับแห่งพันธสัญญา
- งานที่ได้รับมอบหมายเรียกร้องให้มีการลงมือปฏิบัติ

คุณไม่สามารถจบการเดินทางนี้แล้วยังคงทำตัวสบายๆ ได้
ค่าคอมมิชชั่นไม่ใช่สิ่งที่เลือกได้
นั่นเป็นผลที่ตามมาโดยธรรมชาติของการยอมจำนน

คำแถลงของคณะกรรมการ

ยืน.
พูดประโยคนี้ช้าๆ:
"ข้าพเจ้าได้รับมอบหมายภารกิจภายใต้สถานการณ์คับขัน
ข้าพเจ้าจะดำเนินชีวิตอย่างมีระเบียบวินัย ข้าพเจ้าจะเดินในความบริสุทธิ์
ข้าพเจ้าจะอดทนอย่างซื่อสัตย์ ข้าพเจ้าจะเชิดชูมาตรฐาน
ข้าพเจ้าจะใช้อิทธิพลอย่างมีกลยุทธ์ ข้าพเจ้าจะไม่ถอยกลับ
ความจงรักภักดีของข้าพเจ้าได้รับการยืนยันแล้ว ภารกิจของข้าพเจ้ายังคงดำเนินต่อไป
ส่งข้าพเจ้าไปเถิด"
หยุดชั่วคราว.
พูดอีกครั้งสิ

การไตร่ตรองก่อนเผยแพร่

1. ในช่วง 40 วันที่ผ่านมานี้ มีอะไรเปลี่ยนแปลงในตัวฉันบ้าง?
2. ระเบียบวินัยข้อใดบ้างที่ต้องคงไว้ซึ่งความเด็ดขาดและไม่สามารถต่อรองได้?
3. ฉันต้องเริ่มงานอะไรทันที?
4. ฉันต้องมีอิทธิพลต่อสภาพแวดล้อมแบบใด?
5. ถ้าการกดขี่ข่มเหงกลับมาอีกครั้ง ฉันจะยังยืนหยัดอยู่หรือไม่?

เขียนคำตอบของคุณ

การภาวนาแบบมีโครงสร้างครั้งสุดท้าย (60 นาที)

1. การนมัสการ (15 นาที)

จงถวายเกียรติแด่พระคริสต์ในฐานะพระเจ้าแห่งชีวิตของคุณ

2. ความกตัญญู (10 นาที)

ขอบคุณพระองค์ที่ทรงปกป้องคุ้มครองเรา

3. การอุทิศตน (15 นาที)

มอบร่างกาย เวลา และทรัพยากรของคุณให้แก่พระเจ้า

4. การอธิษฐานขอพร (10 นาที)

อธิษฐานขอให้คนหนึ่งได้พบกับพระคริสต์

5. การรับมอบหมายงาน (10 นาที)

ตอบรับงานที่ได้รับมอบหมายด้วยวาจา

ปิดท้ายด้วย:

"ฉันจะเดินหน้าต่อไป"

ขั้นตอนการดำเนินการขั้นสุดท้าย

1. รักษาระยะเวลา 60 นาทีต่อวันไว้เช่นเดิม
2. ตรวจสอบข้อตกลงของคุณทุกเดือน
3. จงรักษาความบริสุทธิ์ไว้
4. สร้างผู้อื่นต่อไป
5. จงรับผิดชอบต่อตนเอง
6. ปฏิเสธการลอยตัว
7. จบให้ดีที่สุด

ค่าธรรมเนียมปิดการขาย

คุณไม่จำเป็นต้องมีไฟจากสวรรค์

คุณไม่จำเป็นต้องใช้กระสุนเพื่อพิสูจน์การเรียกร้องของคุณ

คุณไม่จำเป็นต้องมีผู้คุ้มกันเพื่อยืนยันการมอบหมายงาน

คุณต้องมี:

ความจงรักภักดีที่มั่นคง วินัย

ที่เป็นระบบ ความศักดิ์สิทธิ์ที่ยั่งยืน ความอดทนที่ไม่หวั่นไหว

สวรรค์ยินดีปรีดาเหนือคนผู้นี้

จงเป็นคนนั้น
ส่งต่อเท่านั้น

หน้าสุดท้าย

ข้อคิดส่งท้ายถึงผู้อ่าน

คุณได้ผ่านพ้นเปลวไฟมาแล้ว

คุณได้ดู:

ความโกรธเกรี้ยวของพ่อ

การวิงวอนอย่างเงียบๆ ของแม่ พี่ชายเกือบถูกทำร้าย อาจารย์ที่ถูกรบกวนจากสวรรค์

ภาพนรก ภาพแวบหนึ่งของเมืองทองคำแห่งสวรรค์ กระสุน เลือด การรักษา การคุ้มกัน

ภารกิจ วินัย ความศักดิ์สิทธิ์ พันธสัญญา

แต่หนังสือเล่มนี้ไม่ได้เกี่ยวกับคนเพียงคนเดียว

มันเป็นเรื่องของความจงรักภักดี

เรื่องราวนี้เกี่ยวกับสิ่งที่เกิดขึ้นเมื่อความจริงเข้ามาแทรกแซงขนบธรรมเนียมประเพณี

มันเป็นเรื่องเกี่ยวกับสิ่งที่จะหลงเหลืออยู่เมื่อไฟไหม้

มันเกี่ยวกับสิ่งที่ยังคงหลงเหลืออยู่เมื่อเสียงกระซิบแห่งการถอยทัพดังขึ้น

ถ้าคุณมาถึงจุดนี้แล้ว คุณก็ไม่ใช่ผู้ชมอีกต่อไปแล้ว

คุณต้องรับผิดชอบต่อสิ่งที่คุณรู้ในตอนนี้

สวรรค์ยอมเคลื่อนไหวเพื่อคนๆ หนึ่ง

จงเป็นคนนั้น

อย่าชื่นชมความกล้าหาญ

สร้างมันขึ้นมา

อย่าไปสนใจเรื่องระเบียบวินัย

ฝึกฝนดู

อย่าเฉลิมฉลองความศักดิ์สิทธิ์

จงมุ่งมั่นต่อไป

ห้ามพูดคุยเรื่องพันธสัญญา

ปิดผนึกให้สนิท

คุณไม่ได้ถูกสร้างมาให้ใช้ชีวิตอย่างไม่ใส่ใจ

คุณถูกเรียกร้องให้ใช้ชีวิตอย่างมีสติ

ส่งต่อเท่านั้น

การเรียกร้องให้ดำเนินการ

ความร่วมมือเพื่อการเก็บเกี่ยว

เมื่อคุณปิดหนังสือเล่มนี้ เราขอเชิญชวนให้คุณสานต่อการเดินทางนี้ไปอีกขั้น ไม่เพียงแต่ในชีวิตของคุณเอง แต่ยังรวมถึงชีวิตของผู้คนมากมายนับไม่ถ้วนทั่วโลกด้วย หากข้อความจาก God's Eagle Ministries (GEM) ได้เสริมสร้าง ปลุกเร้า หรือปรับเปลี่ยนจิตใจของคุณ เราขอให้คุณพิจารณาอย่างรอบคอบใน **การร่วมมือกับเราเพื่อการเก็บเกี่ยวผลผลิต** โลกกำลังกระหายความจริง ความหวัง และเสียงอันอ่อนโยนแต่ชัดเจนของพระวิญญาณบริสุทธิ์ และเราสามารถร่วมกันนำข้อความเหล่านี้ไปยังที่ที่ต้องการมากที่สุดได้ เราเชื่อว่าสื่อเป็นมากกว่าเทคโนโลยี—มันคือ **เครือข่ายทางจิตวิญญาณ** ที่แผ่ขยายลึกเข้าไปในประเทศ หมู่บ้าน เมือง และสถานที่ลับต่างๆ ผ่านทางภาพยนตร์ วิดีโอ วิทยุ และพันธกิจดิจิทัล GEM กำลังเข้าถึงผู้คนที่อาจไม่เคยเข้าโบสถ์ แต่มีหัวใจที่เปิดกว้างเพื่อพบกับพระคริสต์ผู้ทรงพระชนม์อยู่

ความร่วมมือของคุณช่วยเราในด้านต่างๆ ดังนี้:

1. สร้างสรรค์ภาพยนตร์และวิดีโอที่เปี่ยมด้วยจิตวิญญาณ
เรื่องราวและคำสอนที่เยียวยา สร้างแรงบันดาลใจ และเผยให้เห็นความรักของพระเยซูในรูปแบบที่ชัดเจน เข้าใจง่าย และเปลี่ยนแปลงชีวิต

2. เผยแพร่พระกิตติคุณทางวิทยุ
นำพระวจนะของพระเจ้าไปสู่เรือนจำ โรงพยาบาล ชุมชนชนบท และสถานที่ห่างไกลที่เข้าไม่ถึงอินเทอร์เน็ต—ที่ซึ่งความหวังหายากและสัจธรรมมีค่า

3. ขยายแคมเปญการสอนและการสร้างสาวกผ่านสื่อสังคมออนไลน์ของเรา
บทภาวนา คำอธิษฐาน และคำสอนประจำวันที่เสริมสร้างความเข้มแข็งให้แก่ผู้เชื่อ ฟื้นฟูครอบครัว และเตรียมความพร้อมให้แก่ผู้ติดตามทั่วโลก

เหตุใดการสนับสนุนของคุณจึงมีความสำคัญ

ทุกข้อความที่เผยแพร่ออกไปเปรียบเสมือนเมล็ดแห่งแสงสว่าง
ทุกคำสอนเปรียบเสมือนคลื่นแห่งการเปลี่ยนแปลง
ทุกการกระทำแห่งความเอื้อเฟื้อเผื่อแผ่เปรียบเสมือนส่วนหนึ่งของการเก็บเกี่ยวผลผลิตทั่วโลกของพระเจ้า
การให้ของคุณช่วยให้พันธกิจนี้เข้าถึงผู้คนมากมายที่เราอาจไม่เคยพบในโลกนี้
แต่จะได้พบอย่างแน่นอนในนิรันดร ไม่มีการกำหนดจำนวนเงินตายตัว
จงให้ตามที่พระเจ้าทรงนำคุณ การให้ทุกอย่าง ไม่ว่ามากหรือน้อย
ล้วนมีส่วนช่วยในการขยายอาณาจักรของพระเจ้า

หากต้องการร่วมเป็นพันธมิตรหรือบริจาค:

PayPal:
https://www.paypal.com/ncp/payment/D6NEFW56KG8LU
Tithe.ly:
https://tithe.ly/give?c=308311

Flutterwave –
https://flutterwave.com/donate/bbkpkokehxlw

ช่องทางการบริจาคทั้งหมด:
https://www.otakada.org/partnership-giving
ขอบคุณที่อยู่เคียงข้างเรา
ขอบคุณที่ร่วมหว่านเมล็ดแห่งการเก็บเกี่ยว
ขอบคุณที่ช่วยเรานำข่าวสารของพระคริสต์ไปสู่ประชาชาติทั้งหลาย
ขอพระเจ้าทรงอวยพรท่านอย่างมากมาย ทรงเพิ่มพูนความเจริญรุ่งเรืองให้ท่าน
และทรงทวีคูณเมล็ดพันธุ์ทุกอย่างที่ท่านหว่านเพื่อพระสิริของพระองค์
ในพระนามอันยิ่งใหญ่ของพระเยซูคริสต์ อาเมน

—เอกอัครราชทูตวันจันทร์ โอ. อ็อกเบ เศคา เรียส ก็อดซีเกิล ; ความสะดวกสบาย ลาดิ โอกเบ

ผู้ก่อตั้ง God's Eagle Ministries (GEM)

www.otakada.org

วิธีที่จะบังเกิดใหม่และเริ่มต้นชีวิตใหม่กับพระคริสต์

บางทีคุณอาจเคยเดินกับพระเยซูมาก่อน หรือบางทีคุณอาจเพิ่งรู้จักพระองค์ผ่านช่วงเวลา 40 วันนี้ แต่ในตอนนี้ มีบางสิ่งภายในตัวคุณกำลังตื่นตัวอยู่

คุณพร้อมแล้วสำหรับมากกว่าแค่ศาสนา

คุณพร้อมแล้วสำหรับ ความ

สัมพันธ์ คุณพร้อมที่จะพูดว่า "พระเยซู ฉันต้องการคุณ"

นี่คือความจริง:

"เพราะทุกคนล้วนทำบาป

เราทุกคนล้วนขาดความสมบูรณ์ตามมาตรฐานอันรุ่งเรืองของพระเจ้า...

แต่พระเจ้าทรงเมตตาและทรงทำให้เราถูกต้องในสายพระเนตรของพระองค์โดยไม่คิดค่าตอบแทน"

— โรม 3:23-24 (NLT)

คุณไม่สามารถได้รับความรอดด้วยการกระทำ

ของตนเอง คุณไม่สามารถแก้ไขตัวเองได้ แต่พระเยซูได้ทรงจ่ายราคาเต็มจำนวนแล้ว

และพระองค์ทรงรอต้อนรับคุณกลับบ้าน

วิธีเกิดใหม่

การบังเกิดใหม่หมายถึงการมอบชีวิตของคุณให้แก่พระเยซู —

การยอมรับการให้อภัยของพระองค์ การเชื่อว่าพระองค์ทรงสิ้นพระชนม์และฟื้นคืนชีพ

และการรับพระองค์เป็นพระเจ้าและพระผู้ช่วยให้รอดของคุณ

มันง่าย มันทรงพลัง และมันเปลี่ยนแปลงทุกสิ่ง

จงอธิษฐานออกเสียงดังๆ:

"ข้าแต่พระเยซูเจ้า ข้าพเจ้าเชื่อว่า พระองค์ เป็นพระบุตรของพระเจ้า

ข้าพเจ้าเชื่อว่าพระองค์ทรงสิ้นพระชนม์เพื่อบาปของข้าพเจ้าและทรงฟื้นคืนพระชนม์

ข้าพเจ้าสารภาพว่าข้าพเจ้าได้ทำบาปและต้องการการอภัยโทษจากพระองค์

วันนี้ข้าพเจ้ากลับใจและละทิ้งวิถีทางเก่า

ข้าพเจ้าขอเชิญพระองค์เข้ามาในชีวิตของข้าพเจ้าเพื่อเป็นพระเจ้าและพระผู้ช่วยให้รอดของข้าพเจ้า โปรดชำระข้าพเจ้าให้สะอาด โปรดเติมเต็มข้าพเจ้าด้วยพระวิญญาณของพระองค์

ข้าพเจ้าประกาศว่าข้าพเจ้าบังเกิดใหม่ ได้รับการอภัยโทษ และเป็นอิสระ

ตั้งแต่วันนี้เป็นต้นไป ข้าพเจ้าจะติดตามพระองค์

และจะดำเนินชีวิตตามรอยพระบาทของพระองค์

ขอบคุณพระองค์ที่ทรงช่วยข้าพเจ้าให้รอด ในนามของพระเยซู อาเมน"

ขั้นตอนต่อไปหลังจากได้รับความรอด

1. **บอกเล่าเรื่องราว** – แบ่งปันการตัดสินใจของคุณกับผู้เชื่อที่คุณไว้วางใจ
2. **ค้นหาคริสตจักรที่ยึดหลักพระคัมภีร์** – เข้าร่วมชุมชนที่สอนพระวจนะของพระเจ้าและดำเนินชีวิตตามนั้น เยี่ยมชม God's Eagle Ministries ทางออนไลน์ได้ที่ https://www.otakada.org หรือ https://chat.whatsapp.com/H67spSun32DDTma8TLh0ov
3. **รับบัพติศมา** – ก้าวไปอีกขั้นด้วยการประกาศความเชื่อของคุณต่อสาธารณะ
4. **อ่านพระคัมภีร์ทุกวัน** – เริ่มต้นด้วยพระวรสารของยอห์น
5. **จงอธิษฐานทุกวัน** – พูดคุยกับพระเจ้าเสมือนเป็นเพื่อนและพ่อ
6. **เชื่อมต่อ** กับผู้อื่น – อยู่ท่ามกลางผู้คนที่สนับสนุนเส้นทางใหม่ของคุณ
7. **เริ่มต้นกระบวนการฝึกฝนศิษย์ในชุมชน** – พัฒนาความสัมพันธ์แบบตัวต่อตัวกับพระเยซูคริสต์ผ่านลิงก์เหล่านี้

หลักสูตรการเป็นศิษย์ 40 วัน 1 - https://www.otakada.org/get-free-40-days-online-discipleship-course-in-a-journey-with-jesus/
40 การเป็นศิษย์ 2 - https://www.otakada.org/get-free-40-days-dna-of-discipleship-journey-with-jesus-series-2/

ช่วงเวลาแห่งความรอดของฉัน

วันที่ : ______________________________

ลายเซ็น : __________________________

"ถ้าผู้ใดอยู่ในพระคริสต์ ผู้นั้นก็เป็นสิ่งสร้างใหม่แล้ว สิ่งเก่าได้ล่วงไปแล้ว สิ่งใหม่ได้เข้ามาแล้ว!"

— 2 โครินธ์ 5:17

ใบรับรองชีวิตใหม่ในพระคริสต์

คำประกาศความรอด – เกิดใหม่โดยพระคุณ

เอกสารนี้รับรองว่า

____

(ชื่อเต็ม)

ได้ประกาศ **ความเชื่อในพระเยซูคริสต์ อย่างเปิดเผย**

ว่าเป็นพระเจ้าและพระผู้ช่วยให้รอด

และได้รับของขวัญแห่งความรอดโดยไม่เสียค่าใช้จ่ายใดๆ

ผ่านทางการสิ้นพระชนม์และการฟื้นคืนพระชนม์ของพระองค์

"ถ้าท่านประกาศอย่างเปิดเผยว่าพระเยซูเป็นองค์พระผู้เป็นเจ้า

และเชื่อในใจว่าพระเจ้าทรงให้พระองค์ฟื้นขึ้นจากความตาย ท่านก็จะได้รับความรอด"

— โรม 10:9 (NLT)

ในวันนี้ สวรรค์ยินดีปรีดา และการเดินทางครั้งใหม่ได้เริ่มต้นขึ้น

วันที่ตัดสินใจ : ______________________________

ลายเซ็น : ______________________________________

คำประกาศความรอด

"วันนี้ ข้าพเจ้าขอถวายชีวิตของข้าพเจ้าแด่พระเยซูคริสต์

ข้าพเจ้าเชื่อว่าพระองค์ทรงสิ้นพระชนม์เพื่อบาปของข้าพเจ้าและทรงฟื้นคืนชีพ

ข้าพเจ้าขอรับพระองค์เป็นพระเจ้าและพระผู้ช่วยให้รอดของข้าพเจ้า

ข้าพเจ้าได้รับการอภัยโทษ เกิดใหม่ และได้รับการเปลี่ยนแปลงใหม่ ตั้งแต่บัดนี้เป็นต้นไป

ข้าพเจ้าจะดำเนินตามรอยพระบาทของพระองค์"

ยินดีต้อนรับสู่ครอบครัวของพระเจ้า!

ชื่อของคุณถูกจารึกไว้ในหนังสือแห่งชีวิตของพระเมษโปดก

เรื่องราวของคุณเพิ่งเริ่มต้น และมันเป็นนิรันดร์

เชื่อมต่อกับ GOD'S EAGLE MINISTRIES

- เว็บไซต์: www.otakada.org
- ชุดความรู้เรื่องความมั่งคั่งเหนือความกังวล: www.wealthbeyondworryseries.com
- อีเมล: ambassador@otakada.org

- **สนับสนุนผลงานนี้:**

สนับสนุนโครงการ ภารกิจ และแหล่งข้อมูลฟรีทั่วโลกของอาณาจักรพระเจ้า ผ่านการบริจาคที่นำโดยพันธสัญญา

สแกนคิวอาร์โค้ดเพื่อบริจาค

https://tithe.ly/give?c=308311

ความเอื้อเฟื้อเผื่อแผ่ของคุณช่วยให้เราเข้าถึงผู้คนได้มากขึ้น แปลสื่อต่างๆ สนับสนุนมิชชันนารี และสร้างระบบการอบรมสั่งสอนศิษย์ทั่วโลก ขอขอบคุณ!

ประวัติ ผู้เขียน

เกี่ยวกับผู้แต่ง - ศาสดาดร. อีซา เอล- บูบา ซาดิก

ศาสดา ดร. อิซา เอล บูบา ซาดิก เป็นผู้ก่อตั้งและผู้นำ Evangelical Biblical Outreach Ministries International (EBOMI)
ซึ่งมีสำนักงานใหญ่ในเมืองจอส รัฐที่ราบสูง ประเทศไนจีเรีย
ครั้งหนึ่งเขาเคยได้รับการฝึกฝนอย่างเข้มข้นในด้านลัทธิอิสลามหัวรุนแรง
แต่ชีวิตของเขากลับเปลี่ยนแปลงไปอย่างสิ้นเชิงหลังจากได้พบกับสิ่งศักดิ์สิทธิ์ที่เปลี่ยนทิศทางความจงรักภักดีและภารกิจของเขา
ในปัจจุบัน ผ่านทาง EBOMI (www.ebomi.org)
เขาได้ระดมและเสริมสร้างความเชื่อให้แก่ผู้เชื่อ
เพื่อให้พวกเขาสามารถดำเนินชีวิตด้วยความศรัทธา ความบริสุทธิ์
และความรับผิดชอบในฐานะผู้เฝ้าระวังในยุคสมัยของตนอย่างมีระเบียบวินัย
อิทธิพลของพันธกิจนี้แผ่ขยายออกไปนอกกำแพงโบสถ์ ผ่านโครงการช่วยเหลือชุมชน
โปรแกรมการศึกษา การส่งเสริมการเกษตร และการดูแลคนยากจนและผู้ด้อยโอกาส
ซึ่งหลายคนยังคงนับถือศาสนาอิสลาม
การทำงานสะท้อนให้เห็นถึงการบริการที่มาจากความเชื่อมั่นโดยปราศจากความเกลียดชัง
แม้จะถูกกดขี่ข่มเหง พยายามลอบสังหาร และถูกข่มขู่
เขาก็ยังคงยกระดับมาตรฐานทางจิตวิญญาณและสร้างความสัมพันธ์ที่ดีระหว่างชุมชนที่แตกแยก รวมถึงภายในครอบครัวใหญ่ของเขาเองด้วย
เขายังคงมุ่งมั่นที่จะฟื้นฟูสถานที่สำคัญทางประวัติศาสตร์
เสริมสร้างความเข้มแข็งให้แก่ผู้เฝ้าระวัง
และเรียกร้องให้ผู้เชื่อปฏิบัติตามหลักคริสต์ศาสนาอย่างมีระเบียบวินัยในยุคสมัยที่เต็มไปด้วยความเสื่อมถอย

สำหรับผู้ที่ต้องการมีส่วนร่วม
Evangelical Biblical Outreach Ministries International (EBOMI)
: เลขที่ 1 ถนน Kashim Ibrahim เมือง Jos รัฐ Plateau ประเทศไนจีเรีย
อีเมล: ebomiglobal@gmail.com โทรศัพท์: 08082538837

รายละเอียดเกี่ยวกับการบริจาคและช่องทางการเข้าร่วม
สามารถดูได้จากเว็บไซต์อย่างเป็นทางการของกระทรวง
คณะกรรมการดังกล่าวแสดงตนต่อสาธารณะดังนี้:
"พันธกิจที่ก้าวหน้า มีวิสัยทัศน์ และมีอำนาจ
มุ่งมั่นที่จะเผยแพร่พระกิตติคุณและเปลี่ยนแปลงชีวิตผู้คน"

ซาคาเรียส ก็อดสอีเกิล

นักเขียน • ครู • ผู้นำที่มีวิสัยทัศน์

ซาคา ริอัส ก็อดซีเกิล เป็นครูสอนพระวจนะที่เปี่ยมด้วยความกระตือรือร้น
และเป็นกระบอกเสียงที่เฉียบแหลมแก่คริสตจักร
ด้วยพระคุณพิเศษในการหยั่งรู้ทางจิตวิญญาณ ซาคาริอัสจึงเทศนาด้วยความชัดเจน
ความลึกซึ้งในเชิงพยากรณ์
และความปรารถนาอย่างแรงกล้าที่จะเห็นผู้เชื่อดำเนินชีวิตในความบริสุทธิ์
ความเลื่อมใสในพระเจ้า และการยอมจำนนต่อพระคริสต์อย่างแท้จริง
ในฐานะผู้ร่วมงานในพันธกิจของ God's Eagle Ministries (GEM)
เขามีบทบาทสำคัญในการกำหนดรูปแบบเนื้อหาการอบรมสั่งสอนศิษย์
การตีความพระคัมภีร์ และการเผยแพร่ผ่านสื่อต่างๆ
ที่เข้าถึงชีวิตผู้คนทั้งในโลกดิจิทัลและโลกแห่งความเป็นจริง
งานเขียนของเขามุ่งเน้นไปที่การเปลี่ยนแปลงภายใน การเชื่อฟัง
และการฟื้นฟูพระคริสต์ให้กลับมาครองบัลลังก์ในหัวใจของผู้เชื่อ
ซาคาเรียสขับเคลื่อนด้วยความเชื่อที่เรียบง่าย: **เมื่อจิตใจสอดคล้อง โชคชะตาก็จะสอดคล้อง**
เขาจึงมุ่งมั่นที่จะเข้าถึงผู้คนทั่วโลกผ่านการสอน การให้คำปรึกษา
และโครงการสร้างสรรค์ที่เปี่ยมด้วยพระวิญญาณ

ท่านทูตมันเดย์ โอ. อ็อกเบ

นักเขียน • นักสื่อสารงานเผยแผ่ศาสนา • ผู้ก่อตั้ง God's Eagle Ministries (GEM)

เอกอัครราชทูตมันเดย์ โอรีโอโฮ โอกวูโอโจ โอกเบ เป็นผู้ก่อตั้ง **God's Eagle Ministries (GEM)** ซึ่งเป็นพันธกิจระดับโลกที่มีเป้าหมายในการ "เชื่อมโยงผู้คนกับพระเจ้าผ่านพระวจนะของพระองค์"

เขาเป็นที่รู้จักในด้านความมุ่งมั่นอย่างแรงกล้าในความจริง การเล่าเรื่องที่กินใจ และการสอนเชิงพยากรณ์ เขาทำการเผยแพร่ศาสนาไปทั่วโลกผ่านการเขียน การทำพอดแคสต์ การสร้างภาพยนตร์ การเผยแพร่ศาสนาทางดิจิทัล และการสร้างสาวก

ด้วยประสบการณ์ด้านการเป็นผู้นำ สื่อ และพันธกิจ ท่านทูตมันเดย์จึงได้รับการเจิมจากพระเจ้าในหลากหลายวัฒนธรรม ตั้งแต่แอฟริกา เอเชีย อเมริกา ยุโรป และตะวันออกกลาง

คำสอนของท่านมุ่งเผชิญหน้ากับความขัดแย้งที่ซ่อนเร้นอยู่ในใจของผู้เชื่อ เช่น ความโลภ การดิ้นรนในเรื่องอัตลักษณ์ ความเฉื่อยชาทางจิตวิญญาณ และการกัดเซาะความสัมพันธ์ใกล้ชิดกับพระเจ้าอย่างค่อยเป็นค่อยไป

เขาเป็นผู้ประพันธ์หนังสือบทภาวนา ชุดหนังสือ และสื่อการสอนมัลติมีเดียมากมาย ซึ่งเข้าถึงผู้คนนับล้านผ่านทาง otakada.org และแพลตฟอร์มดิจิทัลของ GEM

สาระสำคัญในชีวิตของเขานั้นเรียบง่ายแต่ลึกซึ้ง:

"เมื่อพระคริสต์ทรงเป็นศูนย์กลาง ทุกสิ่งทุกอย่างก็จะเข้าที่เข้าทางของมันเอง"

คอมฟอร์ท ลาดี โอกเบ

ผู้เขียน • ผู้ขอพร • ผู้ร่วมงานในพันธกิจ

คอมฟอร์ท ลาดี โอกเบ เป็นนักเขียน ผู้ภาวนา และผู้ร่วมงานในพันธกิจของอาณาจักรพระเจ้าในองค์กร God's Eagle Ministries

เธอเปี่ยมด้วยความเมตตา การหยั่งรู้ และจิตใจที่เอื้อเฟื้อเผื่อแผ่ นำความลึกซึ้งทางอารมณ์และรากฐานทางจิตวิญญาณมาสู่ทุกโครงการที่เธอเกี่ยวข้อง

การมีส่วนร่วมของเธอ—ซึ่งมักอยู่เบื้องหลัง—อบอวลไปด้วยกลิ่นอายของความอ่อนน้อมถ่อมตน ปัญญา และการเยียวยา

คอมฟอร์ตให้ความช่วยเหลือผ่านการให้คำปรึกษา การอธิษฐาน การอบรมสั่งสอน และการทำงานร่วมกันอย่างสร้างสรรค์ โดยเฉพาะอย่างยิ่งในงานที่เน้นการฟื้นฟูครอบครัว ความเป็นผู้ใหญ่ทางจิตวิญญาณ และการเปลี่ยนแปลงจิตใจ

ในฐานะนักเขียน เธอเขียนจากประสบการณ์ชีวิตและความเชื่อมั่นทางจิตวิญญาณ
โดยนำเสนอความชัดเจน ความสบายใจ
และกำลังใจแก่ผู้อ่านในการแสวงหาความสมบูรณ์ในพระคริสต์
Comfort มุ่งมั่นที่จะช่วยให้ผู้เชื่อได้สัมผัสพระเจ้าไม่เพียงแค่ในความรู้
แต่ในชีวิตประจำวัน—ที่ซึ่งหัวใจเรียนรู้ที่จะไว้วางใจ ยอมจำนน และเจริญเติบโต

หน้าข้อมูลผู้เขียน:
https://www.amazon.com/stores/Zacharias-Godseagle/author/B0FCZ89D4K

ภาคผนวก

ภาคผนวก ก

แบบจำลองการอธิษฐานเชิงกลยุทธ์ 60 นาที

ต้องนำแบบอย่างนี้ไปปฏิบัติทุกวัน ไม่ใช่บางครั้งบางคราว

30 นาที — การนมัสการ

จงมุ่งเน้นเฉพาะพระเจ้าเท่านั้น:

- ความศักดิ์สิทธิ์ของพระองค์
- อำนาจอธิปไตยของพระองค์
- พระเมตตาของพระองค์
- ความยุติธรรมของพระองค์
- อำนาจของเขา
- ความซื่อสัตย์ของพระองค์

ไม่มีการร้องขอใดๆ
ไม่มีคำร้องใดๆ มีเพียงความเคารพเท่านั้น

10 นาที — ประกาศอำนาจอธิปไตยของพระองค์

ประกาศด้วยวาจา:

- พระเจ้าเป็นผู้กำหนดชีวิตของฉัน
- พระเจ้าปกครองครอบครัวของฉัน
- พระเจ้าทรงกำหนดเส้นทางชีวิตของฉัน
- พระเจ้าทรงปกครองสิ่งแวดล้อมรอบตัวฉัน
- พระเจ้าทรงปกครองประเทศของฉัน

การประกาศจะช่วยเสริมสร้างอำนาจให้แข็งแกร่งขึ้น

10 นาที — การสำนึกผิด

พิจารณา:

- ทัศนคติ
- คำพูด
- แรงจูงใจ
- การประนีประนอมที่ซ่อนเร้น
- ความเกียจคร้านทางจิตวิญญาณ

สารภาพอย่างเจาะจง

10 นาที — พระราชกฤษฎีกาที่สอดคล้องกับราชอาณาจักร

ประกาศความสอดคล้องตามหลักพระคัมภีร์:

- ฉันดำเนินชีวิตในความบริสุทธิ์
- ฉันใช้ชีวิตอย่างมีระเบียบวินัย
- ฉันอดทนอย่างซื่อสัตย์
- ฉันทำตามที่ได้รับมอบหมายเรียบร้อยแล้ว

- ฉันไม่ยอมถอย

อย่าส่งเสริมความทะเยอทะยานที่เห็นแก่ตัว จง
ปฏิบัติตามพระคัมภีร์

ภาคผนวก บี

คู่มือการปรับวินัยใหม่ภายใน 7 วัน

เป็นเวลาเจ็ดวันติดต่อกัน:

1. การสวดภาวนาอย่างเป็นระบบโดยไม่ถูกรบกวนเป็นเวลาหนึ่งชั่วโมงต่อวัน
2. อ่านพระวรสารเล่มใดเล่มหนึ่งให้จบ
3. การตรวจสอบความถูกต้องประจำคืน
4. ห้ามซุบซิบ บ่น หรือพูดเกินจริง
5. อย่างน้อยหนึ่งครั้งที่ตั้งใจอดอาหาร
6. ลดสัญญาณรบกวนดิจิทัล
7. การตรวจสอบความรับผิดชอบรายวัน

เจ็ดวันจะช่วยฟื้นฟูความไวในการรับรู้

ภาคผนวก C

แม่แบบพันธสัญญาความจงรักภักดีส่วนบุคคล

เขียนข้อความนี้ด้วยลายมือของคุณเอง

พันธสัญญาแห่งความจงรักภักดีส่วนบุคคล

ข้าพเจ้า ____________________________________

ขอประกาศความจงรักภักดีอย่างเต็มที่และแต่เพียงผู้เดียวต่อพระเยซูคริสต์

ข้าพเจ้าละทิ้งความภักดีที่แบ่งแยก ข้าพเจ้าปฏิเสธ

การประนีประนอมที่ซ่อนเร้น

ข้าพเจ้าอุทิศตนเพื่อความบริสุทธิ์ในชีวิตส่วนตัวและชีวิตสาธารณะ

ข้าพเจ้าอุทิศตนเพื่อการภาวนาอย่างมีระเบียบวินัย ข้าพเจ้าอุทิศตนเพื่อความซื่อสัตย์ที่ยั่งยืน

ข้าพเจ้ายอมรับภารกิจอันศักดิ์สิทธิ์ของข้าพเจ้า ข้าพเจ้าปฏิเสธการถอยหนี

ข้าพเจ้าขอทำพันธสัญญาฉบับนี้ต่อหน้าพระเจ้า

ลงชื่อ: ______________________________

วันที่: ______________________________

คำอวยพรสุดท้ายจากบาทหลวง

ขอให้ความจงรักภักดีของท่านมั่นคงไม่สั่นคลอน

ขอให้วินัยของท่านสม่ำเสมอ ขอให้ความบริสุทธิ์ของท่านปกป้องอนาคตของท่าน

ขอให้ความอดทนของท่านยืนหยัดอยู่เหนือความยากลำบาก

ขอให้ภารกิจของท่านสำเร็จลุล่วง ขออย่าให้กระสุน การทรยศ ความผิดหวัง ความเสแสร้ง

หรือเสียงกระซิบใดๆ ดึงท่านกลับไปได้

ขอให้คุณวิ่งเข้าเส้นชัยได้สำเร็จ

ขอให้สวรรค์ยินดีปรีดาแก่ท่าน

ส่งต่อเท่านั้น

หนังสือและแหล่งข้อมูลแนะนำ

ซี.เอส. ลูอิส (1898-1963) - คริสต์ศาสนาที่แท้จริง ดำเนินชีวิตอย่างเต็มที่: จากจิตใจที่ไม่เต็มใจสู่ชีวิตที่เปลี่ยนแปลง (จดหมายภาวนา 40 วัน | เล่ม 2)

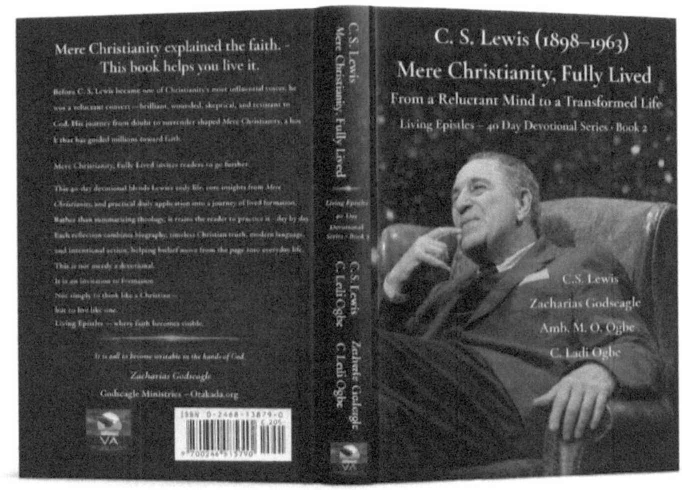

อีบุ๊ก

https://www.amazon.com/Lewis-1898-1963-Mere-Christianity-Fully-ebook/dp/B0GKQ27F9N

ปกอ่อน
https://www.amazon.com/Lewis-1898-1963-Mere-Christianity-Fully/dp/B0GM8YMXC3

ปกแข็ง

https://www.amazon.com/Lewis-1898-1963-Mere-Christianity-Fully/dp/B0GM8WHXJL

นักบุญออกัสตินแห่งฮิปโป (ค.ศ. 354–430)
จากหัวใจที่กระสับกระส่ายสู่ชีวิตที่เขียนเป็นลายลักษณ์อักษร - จดหมายแห่งชีวิต -
ชุดบทภาวนา 40 วัน - ตอนที่ 1

ลิงก์ อีบุ๊ก บน **Amazon -** https://www.amazon.com/ST-AUGUSTINE-HIPPO-354-430-Devotional-ebook/dp/B0GJN8N9XS

ลิงก์สั่งซื้อหนังสือปกอ่อนจาก **Amazon -**
https://www.amazon.com/St-Augustine-Hippo-354-430-Devotional/dp/B0GJWTVLR6

ลิงก์สั่งซื้อหนังสือปกอ่อน จาก **Ingramspark -**
https://shop.ingramspark.com/b/084?params=BZOOW3dj93aGEtBL2Fv1VY8wV1OQvA10dtZRDgk7Z9Z

สแกนฉัน

การต่ออายุครั้งที่ 7

เยียวยาหัวใจของบ้านคุณใน 7 วัน

ชุดการฟื้นฟู – ฉบับความสามัคคีในครอบครัว

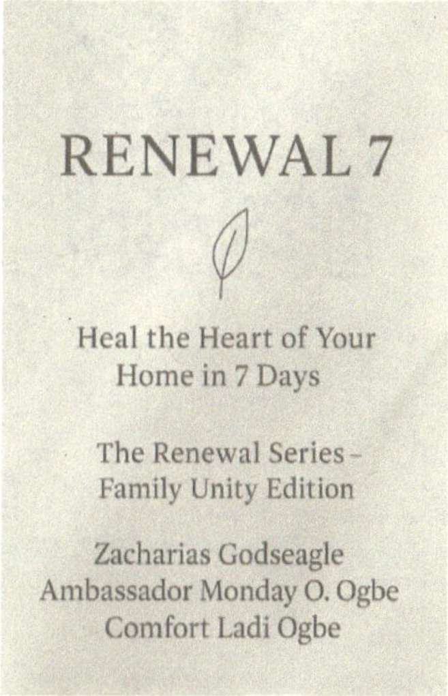

ลิงก์ไปยังหนังสือปกอ่อน -

https://shop.ingramspark.com/b/084?params=htyfL002e1JzyEpZWkKtaXWF5FJ1jZFOjgiQKEfcbnw

ลิงก์ไปยังหน้าสินค้าใน Amazon (ฉบับปกอ่อน) -

https://www.amazon.com/RENEWAL-Heal-Heart-Your-Renewal/dp/B0GD92153W

ลิงก์ไปยัง อีบุ๊ก บน Amazon –

https://www.amazon.com/RENEWAL-Heal-Heart-Your-Renewal-ebook/dp/B0G91BMFND

สแกนฉัน –

การฟื้นฟูครั้งที่ 7: เยียวยาหัวใจของบ้านคุณใน 7 วัน

ชุดการฟื้นฟู — ฉบับความสามัคคีในครอบครัว

ลิงก์ไปยังฉบับปกอ่อน -

https://shop.ingramspark.com/b/084?params=nSEElv9oUsItOu5akVZlg4ycGbbmvlBOtSiqeOZr5yQ

ลิงก์ไปยังหนังสือปกอ่อนบน Amazon -

https://www.amazon.com/RENEWAL-MARRIAGE-Heart-Marriage-Renewal/dp/B0GDC1YZJ7

ลิงก์ไปยัง อีบุ๊ก บน **Amazon** -
https://www.amazon.com/RENEWAL-MARRIAGE-Heart-Marriage-Renewal-ebook/dp/B0G6JXJWJL

บัลลังก์แห่งหัวใจ – 12 ศึกที่เราต้องเอาชนะให้ได้

อีบุ๊ก จาก **Amazon** - https://www.amazon.com/THRONE-HEART-COVETOUSNESS-Counterfeit-CONTENTMENT-ebook/dp/B0G4SPFRY7

หนังสือปกอ่อนจาก **Amazon** -
https://www.amazon.com/THRONE-HEART-COVETOUSNESS-Counterfeit-CONTENTMENT/dp/B0G4TKW1ND

หนังสือปกอ่อนจาก **Ingramspark** -
https://shop.ingramspark.com/b/084?params=a75LJXtvvI63VnzeQPleQTkAJWfu8CPQV6l5Oe31D80

บทเทศน์ 4 เรื่องใน 1 เดียว โดย **Zacharias Godseagle** พร้อมลิงก์ไฟล์เสียง
–

ลิงก์ อีบุ๊ก บน Amazon - https://www.amazon.com/Sermons-Zacharias-Godseagle-Audio-links-ebook/dp/B0G4XCH4TW

หนังสือปกอ่อนจาก Amazon - https://www.amazon.com/Sermons-Zacharias-Godseagle-Audio-links/dp/B0G4TK4XGT

ลิงก์สั่งซื้อหนังสือปกอ่อนจาก Ingram Spark - https://shop.ingramspark.com/b/084?params=nK2JERskkbhdAOSNseTUNRhaCFqUPZuhB4uYfqrXvGb

อีบุ๊ก - https://www.amazon.com/Logos-Protocol-Awakening-artificial-intelligence-ebook/dp/B0FXNQFSWZ

หนังสือปกอ่อน - https://www.amazon.com/Logos-Protocol-Awakening-artificial-intelligence/dp/B0FXNGR66D

หนังสือปกแข็ง - https://www.amazon.com/Logos-Protocol-Awakening-artificial-intelligence/dp/B0FZNTQR6Y

หนังสือปกอ่อนจาก Ingramspark - https://shop.ingramspark.com/b/084?params=QkK4aNYTYO9U5z9uOkdHgc7Ue1eGDLqbb1tz9WRPaSk

เหตุใดการปลดปล่อยจึงล้มเหลว และไฟแห่งพระเจ้าจะฟื้นฟูจิตวิญญาณได้อย่างไร: 40 คำประกาศประจำวันเพื่อการปลดปล่อยอย่างรอบด้าน

อีบุ๊ก - https://www.amazon.com/Why-Deliverance-Fails-Declarations-All-Round-ebook/dp/B0FW74L4G4

หนังสือปกอ่อน - https://www.amazon.com/Why-Deliverance-Fails-Declarations-All-Round/dp/B0FWB3LXRM

รอดพ้นแต่หลงทาง – ผู้ กลับใจ ที่ไม่ปฏิบัติตามหลัก ศาสนา – แปลเป็น 25 ภาษา

ปกอ่อน

https://shop.ingramspark.com/b/084?params=iYNB6S3PLMfREpm0jMM15bMe3BvWlkjcYyLYnHVGAds

อีบุ๊ก - https://www.amazon.com/SAVED-BUT-LOST-UNDISCIPLED-heartbreak-ebook/dp/B0FVJ29DF7

7 วันแห่งการต่อสู้และฟื้นฟูจิตวิญญาณ - นี่คือตอนที่ 1

ผูกมัดศัตรู, สะท้อนลูกศรกลับเจ็ดเท่า, และกอบกู้ชะตาของคุณ

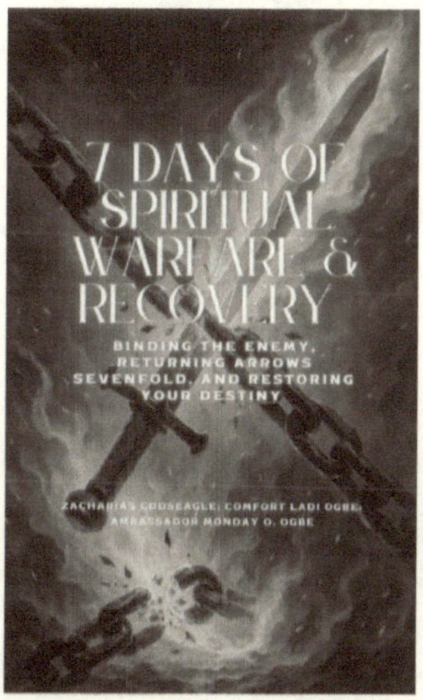

https://shop.ingramspark.com/b/084?params=8mPzqUl73Ex7uPyeO7ydyt8EGkkB6u2gX1jZvWU8j1C

ลิงก์อีบุ๊ก - https://www.amazon.com/DAYS-SPIRITUAL-WARFARE-RECOVERY-Returning-ebook/dp/B0FMPJM5KZ

7 วันแห่งการต่อสู้ทางจิตวิญญาณและการฟื้นฟู - ตอนที่ 2 - การผนึกชัยชนะ

การทำลายความชั่วร้ายในครอบครัว และการรักษาชะตากรรมที่ได้รับการฟื้นฟูของคุณ

หนังสือปกอ่อน -

https://shop.ingramspark.com/b/084?params=LkpNmGSsApHhWhiSO7bW3wFmcXQKIO4ZEBeSbP5rL1S

อีบุ๊ก - https://www.amazon.com/DAYS-SPIRITUAL-WARFARE-RECOVERY-Wickedness-ebook/dp/B0FR9YCMY8

จากความมืดสู่การปกครอง: 40 วันเพื่อหลุดพ้นจากเงื้อมมือแห่งความมืดมิดที่ซ่อนเร้น

—

บทภาวนาสากลแห่งการตระหนักรู้ การปลดปล่อย และพลังอำนาจ - สำหรับบุคคล ครอบครัว และประเทศชาติที่พร้อมจะเป็นอิสระ

ปกอ่อน

https://shop.ingramspark.com/b/084?params=aVgp21QfwJxNANkfMxIQ0yejuFCVY12KFr978SRkZUD

ลิงก์ **Amazon** - https://www.amazon.com/DARKNESS-DOMINION-Devotional-Awareness-Deliverance-ebook/dp/B0FLDH2Y67

- ***หลุดพ้นจากอำนาจแห่งความมืด* (ปกอ่อน)** — ซื้อได้ที่นี่ | อีบุ๊ก บน Amazon

  - **รีวิวเด่นจากสหรัฐอเมริกา:**
    - **ลูกค้า Kindle** :

"หนังสือคริสเตียนที่ดีที่สุดเท่าที่เคยอ่านมา!" (5 ดาว)

ขอขอบคุณพระเยซูสำหรับคำพยานนี้ ฉันได้รับพรมากมายและอยากแนะนำให้ ทุกคนอ่านหนังสือเล่มนี้... เพราะค่าจ้างของบาปคือความตาย แต่ของประทานจากพระเจ้าคือชีวิตนิรันดร์ ชาโลม! ชาโลม!

    - **Da Gster** :

"นี่เป็นหนังสือที่น่าสนใจและค่อนข้างแปลก" (5 ดาว)

ถ้าสิ่งที่กล่าวไว้ในหนังสือเล่มนี้เป็นความจริง เราก็คงตามหลังศัตรูอยู่มากทีเดียว! ... หนังสือเล่มนี้เป็นสิ่งที่ต้องอ่านสำหรับทุกคนที่ต้องการเรียนรู้เกี่ยวกับสงครามฝ่ายวิญญาณ

    - **Visa** : "ชอบหนังสือเล่มนี้มาก" (5 ดาว)

นี่เป็นเรื่องที่น่าตกใจมาก...สารภาพตามตรง...ช่วงนี้ฉันตามหาซื้อมาใช้ทั่วทุกที่เลย ดีใจมากที่ได้ซื้อจาก Amazon ค่ะ

    - **FrankJM** : "แตกต่างอย่างสิ้นเชิง" (4 ดาว)

หนังสือเล่มนี้ทำให้ฉันนึกถึงความจริงของการต่อสู้ทางจิตวิญญาณ และยังทำให้ฉันนึกถึงเหตุผลที่ต้องสวม "เกราะครบชุดของพระเจ้า" อีกด้วย

- **JenJen** : "ทุกคนที่อยากไปสวรรค์ อ่านนี่เลย!" (5 ดาว)

หนังสือเล่มนี้เปลี่ยนชีวิตฉันไปมาก เมื่อรวมกับคำบอกเล่าของจอห์น รามิเรซแล้ว มันจะทำให้คุณมองศรัทธาของคุณในมุมมองที่แตกต่างออกไป ฉันอ่านมันไปแล้ว 6 ครั้ง!

- *อดีตผู้บูชาซาตาน: การแลกเปลี่ยนของเจมส์* (ปกอ่อน) — ซื้อได้ที่นี่ | หนังสืออิเล็กทรอนิกส์ บน Amazon

- ***คำให้การของอดีต** ผู้บูชาซาตานชาวแอฟริกัน - บาทหลวงโจนาส ลูคุนตูมปาลา* (ปกอ่อน) — ซื้อได้ที่นี่ | อีบุ๊ก บน Amazon

- *Greater Exploits 14* (ปกอ่อน) — ซื้อได้ที่นี่ | อีบุ๊ก บน Amazon

- *หนังสือ "Out of the Devil's Cauldron"* โดย จอห์น รามิเรซ
วางจำหน่ายแล้วทาง Amazon
- *เขามาเพื่อปลดปล่อยเชลยให้เป็นอิสระ* โดย รีเบคก้า บราวน์ — หาซื้อได้ที่ Amazon

ผลงานเขียนอื่นๆ ของผู้เขียน – มากกว่า 1,000 เรื่อง

เป็นที่รัก ได้รับเลือก และสมบูรณ์ : การเดินทาง 30 วันจากความถูกปฏิเสธสู่ **การฟื้นฟู**

แปลเป็น 40 ภาษาทั่วโลก

https://www.amazon.com/Loved-Chosen-Whole-Rejection-Restoration-ebook/dp/B0F9VSD8WL

https://shop.ingramspark.com/b/084?params=xga0WR16muFUwCoeMUBHQ6HwYjddLGpugQHb3DVa5hE

Loved, Chosen and Whole
A 30-Day Journey from Rejection to Restoration
Zacharias Godseagle; Ambassador Monday O. Ogbe; Comfort Ladi Ogbe

ตามรอยพระบาทของพระองค์ — ภารกิจ 40 วันตามแบบอย่างของพระเยซู: การดำเนินชีวิตตามแบบอย่างของพระเยซูในเรื่องราวชีวิตจริงจากทั่วโลก

https://www.amazon.com/His-Steps-Challenge-Real-Life-Stories-ebook/dp/B0FCYTL5MG

https://shop.ingramspark.com/b/084?params=DuNTWS59IbkvSKtGFbCbEFdv3Zg0FaITUEvlK49yLzB

พระเยซูอยู่ที่ประตู:

40 เรื่องราวสุดสะเทือนใจและคำเตือนสุดท้ายจากสวรรค์ถึงคริสตจักรในปัจจุบัน

https://www.amazon.com/dp/B0FDX31L9F

https://shop.ingramspark.com/b/084?params=TpdA5j8WPvw83glJ12N1B3nf8LQte2a1lIEy32bHcGg

ชีวิตแห่งพันธสัญญา: 40

วันแห่งการดำเนินชีวิตตามพระพรในพระธรรมเฉลยธรรมบัญญัติ บทที่ 28

- https://www.amazon.com/dp/B0FFJCLDB5

เรื่องราวจากคนจริงๆ การเชื่อฟังที่แท้จริง และความเป็นจริง

https://shop.ingramspark.com/b/084?params=bH3pzfz1zdCOLpbs7tZYJNYgGcYfU32VMz3J3a4e2Qt

การแปลงเป็นภาษาต่างๆ มากกว่า 20 ภาษา

การรู้จักเธอและการรู้จักเขา:

40 วันสู่การเยียวยา ความเข้าใจ และความรักที่ยั่งยืน

https://www.amazon.com/KNOWING-HER-HIM-Healing-Understanding-ebook/dp/B0FGC4V3D9

https://shop.ingramspark.com/b/084?params=vC6KCLoI7Nnum24BVmBtSme9i6k59p3oynaZOY4B9Rd

ทำให้เสร็จสมบูรณ์ ไม่ใช่แข่งขันกัน:

https://shop.ingramspark.com/b/084?params=5E4v1tHgeTqOOuEtfTYUzZDzLyXLee30cqYo0Ov9941

https://www.amazon.com/COMPLETE-NOT-COMPETE-Journey-Collaboration-ebook/dp/B0FGGL1XSQ/

รหัสแห่งสุขภาพอันศักดิ์สิทธิ์ - 40

กุญแจสำคัญในการกระตุ้นการเยียวยาผ่านพระวจนะและสิ่งทรงสร้างของพระเจ้า

ปลดล็อกพลังแห่งการเยียวยาจากพืช การอธิษฐาน และการกระทำเชิงพยากรณ์

https://shop.ingramspark.com/b/084?params=xkZMrYcEHnrJDhe1wuHHYixZDViiArCeJ6PbNMTbTux

https://www.amazon.com/dp/B0FHJT42TK

สามารถดูหนังสือเล่มอื่นๆ ได้ที่หน้าโปรไฟล์ผู้เขียน

https://www.amazon.com/stores/Ambassador-Monday-O.-Ogbe/author/B07MSBPFNX

www.ingramcontent.com/pod-product-compliance
Lightning Source LLC
LaVergne TN
LVHW040419051026
849517LV00002B/375
9798295655487